# Translated Language Learning

# Alices Abenteuer im Wunderland

# Ævintýri Alice í Undralandi

## Lewis Carroll

## Deutsch / Íslenska

Published by Tranzlaty
ISBN: 978-1-83566-777-4
Original text: Alice's Adventures in Wonderland
by Lewis Carroll (1865)
Abridged by Sam'l Gabriel Sons (1916)
www.tranzlaty.com

## Runter in den Kaninchenbau
### Niður í kanínuholið

**Alice fing an, sehr müde zu werden**
Alice var farin að verða mjög þreytt
**Sie saß neben ihrer Schwester auf der Grasbank**
Hún sat hjá systur sinni á grasbakkanum
**aber sie hatte nichts zu tun**
en hún hafði ekkert að gera
**Ihre Schwester las ein Buch**
systir hennar var að lesa bók
**Ein- oder zweimal schaute Alice in das Buch**
einu sinni eða tvisvar kíkti Alice inn í bókina
**aber das Buch enthielt keine Bilder oder Gespräche**
en í bókinni voru engar myndir eða samtöl
**"Was nützt ein Buch ohne Bilder?", dachte Alice**
"Hvaða gagn er af bók án mynda?," hugsaði Alice
**"Warum sollte ein Buch keine Gespräche führen?"**
"Af hverju ætti bók ekki að hafa nein samtöl?"
**Aber sie hatte noch andere Dinge zu bedenken**
en hún hafði annað að huga að
**"Es wäre ein Vergnügen, eine Kette aus Gänseblümchen zu**

machen"
"Það væri ánægjulegt að búa til keðju af daisies"
**"Aber lohnt es sich, aufzustehen und die Gänseblümchen zu pflücken??"**
"En er það fyrirhafnarinnar virði að standa upp og tína daisies??"
**Das war nicht so leicht zu denken**
Þetta var ekki svo auðvelt að hugsa um
**weil sie sich an diesem Tag schläfrig und dumm fühlte**
vegna þess að dagurinn var að láta hana finna fyrir syfju og heimsku
**aber plötzlich wurden ihre Gedanken unterbrochen**
en skyndilega trufluðust hugsanir hennar
**ein weißes Kaninchen mit rosa Augen lief nah an ihr vorbei**
hvít kanína með bleik augu hljóp skammt frá henni

**Es war nichts übermäßig Bemerkenswertes an dem Kaninchen**
Það var ekkert ýkja merkilegt við kanínuna
**und Alice fand das Kaninchen auch nicht bemerkenswert**
og Alice fannst kanínan heldur ekki merkileg
**auch überraschte es sie nicht, als das Kaninchen sprach**

Það kom henni heldur ekki á óvart þegar kanínan talaði

**»O je! Ich werde zu spät kommen!« sagte er zu sich selbst**

"Æ, elskan! Ég verð of seinn!" sagði hann við sjálfan sig

**aber dann tat das Kaninchen etwas, was Kaninchen nicht tun**

en svo gerði kanínan eitthvað sem kanínur gerðu ekki

**das Kaninchen zog eine Uhr aus der Westentasche**

Kanínan tók úr úr vestisvasanum

**Er schaute auf die Uhr und eilte dann weiter**

Hann leit á klukkuna og flýtti sér svo áfram

**Alice erhob sich erstaunt**

Alice stóð á fætur, undrandi

**Sie hatte noch nie zuvor ein Kaninchen mit Weste gesehen!**

Hún hafði aldrei séð kanínu í vesti áður!

**noch hatte sie je ein Kaninchen mit einer Uhr gesehen!**

Hún hafði heldur aldrei séð kanínu með úr!

**Alice brannte vor neuer Neugierde**

Alice logaði af nýrri forvitni

**und sie rannte über das Feld hinter dem Kaninchen her**

og hún hljóp yfir túnið á eftir kanínunni

**Sie kam gerade noch rechtzeitig, um das Kaninchen verschwinden zu sehen**

hún var rétt í tæka tíð til að sjá kanínuna hverfa

**Das Kaninchen hüpfte in einen großen Kaninchenbau hinab**

Kanínan hoppaði niður í stóra kanínuholu

**Im nächsten Augenblick stürzte Alice hinter dem Kaninchen her!**

Á öðru andartaki fór Alice niður á eftir kanínunni!

**Der Kaninchenbau ging geradeaus wie ein Tunnel**

Kanínuholan fór beint áfram eins og göng

**und der Tunnel ging noch eine Weile weiter**

og göngin héldu áfram í nokkra vegalengd

**und dann senkte sich der Weg plötzlich hinunter**

og þá dýfði stígurinn skyndilega niður

**Alice hatte keinen Augenblick, daran zu denken, ob sie sich zurückhalten sollte**

Alice hafði ekki augnablik til að hugsa um að stoppa sig

**Sie fiel hin und hinunter und hinunter**
hún fann sjálfa sig detta niður og niður og niður
**Es schien, als sei sie in einen sehr tiefen Brunnen gefallen**
það virtist sem hún hefði dottið niður mjög djúpan brunn
**Entweder war der Brunnen sehr tief, oder sie fiel sehr
langsam**
Annað hvort var brunnurinn mjög djúpur, eða hún féll mjög
hægt
**denn sie hatte viel Zeit zum Fallen**
því hún hafði nægan tíma til að detta
**Als sie fiel, konnte sie sich umsehen**
Þegar hún var að detta gat hún horft í kringum sig
**Zuerst versuchte sie herauszufinden, wohin sie ging**
Fyrst reyndi hún að átta sig á hvert hún væri að fara
**aber der Brunnen war zu dunkel, um etwas zu sehen**
en brunnurinn var of dimmur til að sjá neitt
**Dann blickte sie auf die Seiten des Brunnens**
Síðan leit hún á hliðar brunnsins
**Und sie bemerkte, dass überall um sie herum Schränke
standen**
og hún tók eftir því að skápar voru allt í kringum hana
**und rings um den Brunnen waren Bücherregale**
og allt í kringum brunninn voru bókahillur
**Hier und da sah sie Karten und Bilder, die an Pflöcken
hingen**
hér og þar sá hún kort og myndir hengdar á pinna
**Im Vorbeigehen nahm sie ein Glas aus einem der Regale**
Hún tók niður krukku úr einni hillunni þegar hún gekk
framhjá
**Das Glas wurde für seinen Inhalt gekennzeichnet**
Krukkan var merkt fyrir innihald hennar
**"MARMELADE AUS ORANGEN"**
"MARMELAÐI ÚR APPELSÍNUM"
**Aber zu ihrer großen Enttäuschung war das
Marmeladenglas leer**
en henni til mikilla vonbrigða var marmelaðikrukkan tóm
**Sie wollte das leere Marmeladenglas nicht fallen lassen**

Hún vildi ekki missa tóma marmelaðikrukkuna
**und ihr Fall war sehr langsam**
og fall hennar var mjög hægt
**So schaffte sie es, das Marmeladenglas in einen der**
**Schränke zu stellen**
Svo henni tókst að setja marmelaðikrukkuna í einn skápinn
**Nieder, hinunter, hinunter fiel sie!**
Niður, niður, niður fellur hún!
**Würde der Fall jemals ein Ende haben?**
Myndi fallið nokkurn tíma taka enda?
**Es gab nichts anderes zu tun**
Það var ekkert annað að gera
**so fing Alice bald an, mit sich selbst zu reden**
svo Alice fór fljótlega að tala við sjálfa sig
**»Dinah wird mich heute abend sehr vermissen, sollte ich**
**meinen!«**
"Dína mun sakna mín mjög í kvöld, held ég!"
**Dinah war Alices Katze**
Dína var köttur Alice
**»Ich hoffe, sie werden sich an ihre Untertasse mit Milch zur**
**Teezeit erinnern.«**
"Ég vona að þeir muni eftir mjólkurskálinni hennar á
tetímanum"
**»Dinah, meine Liebe, ich wünschte, du wärst hier unten bei**
**mir!«**
"Dinah, elskan mín, ég vildi að þú værir hérna niðri með mér!"
**Alice fühlte, als würde sie einschlafen**
Alice fann að hún var að blunda
**Und dann plötzlich, dumpf! Bums!**
og svo skyndilega, dúndrandi! dynkur!
**Sie fiel auf einen Haufen Stöcke**
niður féll hún á hrúgu af prikum
**und sie landete auf einem Haufen trockener Blätter**
og hún lenti á hrúgu af þurrum laufum
**Und endlich war der lange Sturz in das Loch vorbei**
og loks var langa fallið niður í holuna lokið
**Alice war kein bisschen verletzt**

Alice var ekkert særð
**und sie sprang in einem Augenblick auf**
og hún stökk upp innan augnabliks
**Sie blickte auf, aber es war alles dunkel über ihr**
Hún leit upp, en það var allt dimmt fyrir ofan
**Vor ihr lag ein weiterer langer Korridor**
fyrir framan hana var annar langur gangur
**und das weiße Kaninchen war noch in Sicht**
og hvíta kanínan var enn í sjónmáli
**Er eilte den Korridor hinunter**
hann flýtti sér niður ganginn
**Es war kein Augenblick zu verlieren**
Það var ekki augnablik að missa
**davonlief Alice wie der Wind**
burt hljóp Alice eins og vindurinn
**um die Ecke drehte sich das Kaninchen**
Handan við hornið sneri kanínan sér við
**Sie kam gerade noch rechtzeitig, um das Kaninchen zu hören**
hún var rétt í tæka tíð til að heyra í kanínunni
**"Oh, meine Ohren und Schnurrhaare"**
""Ó, eyrun mín og hárhár"
**"Wie spät es wird!"**
"Hve seint það er að verða!"
**Sie war dicht hinter dem Kaninchen**
Hún var skammt fyrir aftan kanínuna
**Sie bog um eine weitere Ecke**
Hún sneri sér við annað horn
**aber das Kaninchen war nicht mehr zu sehen**
en Kanínan var ekki lengur að sjá
**Sie befand sich in einer langen, niedrigen Halle**
Hún var stödd í löngum og lágum sal
**Der Saal wurde von einer Reihe von Deckenlampen erleuchtet**
salurinn var upplýstur af röð af loftlömpum
**Überall im Saal gab es Türen**
Það voru dyr allt í kringum salinn

**aber alle Türen waren verschlossen**
en allar dyr voru læstar
**Sie ging den ganzen Weg an der einen Seite des Flurs hinunter**
Hún gekk alla leið niður aðra hlið gangsins
**Und sie war den ganzen Weg auf der anderen Seite des Flurs hinaufgegegangen**
og hún hafði gengið alla leið upp hinum megin við salinn
**Sie hatte jede Tür ausprobiert**
hún hafði reynt allar dyr
**Und sie ging traurig in der Mitte des Saales entlang**
og hún gekk sorgmædd niður miðjan ganginn
**"Wie komme ich da mal wieder raus?"**
"hvernig á ég nokkurn tíma að komast út aftur?"

**Plötzlich stieß sie auf einen kleinen Tisch**
Skyndilega kom hún að litlu borði
**Der Tisch wurde komplett aus massivem Glas gefertigt**
borðið var eingöngu úr gegnheilu gleri
**Auf dem Tisch lag nichts als ein winziger goldener Schlüssel**

Það var ekkert á borðinu nema pínulítill gylltur lykill

**Der Schlüssel könnte zu einer der Türen gehören!**

lykillinn gæti tilheyrt einni af hurðunum!

**Aber ach! Einige der Schlösser waren zu groß für die Schlüssel**

En því miður! Sumir lásanna voru of stórir fyrir lyklana

**und für die anderen Schlösser war der Schlüssel zu klein**

og fyrir hina lásana var lykillinn of lítill

**aber auf jeden Fall öffnete der Schlüssel keine der Türen**

en lykillinn opnaði allavega engar dyr

**Aber was sollte sie tun?**

En hvað átti hún að gera?

**Sie ging wieder durch den Saal**

Hún gekk aftur í gegnum salinn

**Und diesmal bemerkte sie einen niedrigen Vorhang**

og í þetta sinn tók hún eftir lágu fortjaldi

**Hinter dem Vorhang war eine kleine Tür**

Á bak við fortjaldið var lítil hurð

**Die Tür war etwa fünfzehn Zoll hoch**

hurðin var um fimmtán tommur á hæð

**Sie probierte den kleinen goldenen Schlüssel im Schloss aus**

Hún prófaði litla gulllykilinn í lásnum

**Und zu ihrer großen Freude passte der Schlüssel ins Schloss!**

og henni til mikillar gleði passaði lykillinn í lásinn!

**Alice öffnete die Tür**

Alice opnaði dyrnar

**und sie fand, daß die Tür in einen kleinen Korridor führte**

og hún sá að dyrnar leiddu inn á lítinn gang

**Der Korridor war nicht viel größer als ein Rattenloch**

gangurinn var ekki mikið stærri en rottuhola

**Sie kniete nieder und blickte den Korridor entlang**

Hún kraup og leit eftir ganginum

**Und sie sah den schönsten Garten, den du je gesehen hast**

og hún sá fallegasta garð sem þú hefur nokkru sinni séð

**wie sehr sie sich danach sehnte, aus dieser dunklen Halle herauszukommen**

hve hún þráði að komast út úr þessum dimma sal

wie sie sich wünschte, zwischen diesen leuchtenden Blumen
zu wandern
hvernig hún vildi ráfa um þessi björtu blóm
**Wie cool die Erfrischung dieser Brunnen aussah**
Hversu flott hressandi þessir gosbrunnar litu út
**aber sie konnte nicht einmal ihren Kopf durch die Tür
stecken**
en hún gat ekki einu sinni komið höfðinu í gegnum dyrnar
**»Oh,« sagte Alice traurig**
"Ó," sagði Alice sorgmædd
**»wie sehr wünschte ich, ich könnte mich zusammenfalten
wie ein Fernrohr!«**
"hvað ég vildi að ég gæti brotið saman eins og sjónauki!"
**"Ich glaube, ich könnte mich zusammenfalten wie ein
Teleskop"**
"Ég held að ég gæti brotið saman eins og sjónauki"
**"Wenn ich nur wüsste, wie ich anfangen sollte"**
"ef ég bara vissi hvernig ég ætti að byrja"
**Alice ging zurück an den Tisch**
Alice fór aftur að borðinu
**Es bestand die Möglichkeit, einen weiteren Schlüssel zu
finden**
það var möguleiki á að finna annan lykil
**Oder es gibt ein Buch mit Regeln**
eða það gæti verið reglubók
**Das Buch könnte ihr sagen, wie man sich wie ein Teleskop
zusammenfaltet**
bókin gæti sagt henni hvernig hún ætti að brjóta saman eins
og sjónauka
**Diesmal fand sie ein Fläschchen**
Í þetta sinn fann hún litla flösku
**"Diese Flasche war gewiß vorher nicht hier," sagte Alice**
"Þessi flaska var svo sannarlega ekki hér áður," sagði Alice
**Und um den Flaschenhals war ein Papieretikett gebunden**
og bundinn um hálsinn á flöskunni var pappírsmiði
**Das Etikett war wunderschön in großen Buchstaben
gedruckt**

miðinn var fallega prentaður með stórum stöfum
"TRINK MICH"
"DREKKTU MIG"
»Nein, ich werde erst nachsehen«, sagte sie
"Nei, ég skal líta fyrst," sagði hún
**"Ich werde sehen, ob die Flasche als giftig gekennzeichnet ist oder nicht."**
"Ég skal sjá hvort flaskan er merkt sem eitruð eða ekki,"
**weil sie die Lektion über das Gift nie vergessen hat**
vegna þess að hún gleymdi aldrei lexíunni um eitur
**"Wenn eine Flasche als giftig gekennzeichnet ist, wird sie Ihnen bestimmt nicht zustimmen"**
"Ef flaska er merkt eitruð hlýtur hún að vera ósammála þér"
**Diese Flasche war jedoch nicht als giftig gekennzeichnet**
Hins vegar var þessi flaska ekki merkt sem eitruð
**so wagte Alice es, den Inhalt der Flasche zu kosten**
svo Alice vogaði sér að smakka innihald flöskunnar
**Sie fand die Flüssigkeit ganz nach ihrem Geschmack**
Henni fannst vökvinn alveg við sitt hæfi
**Das Getränk hatte einen gemischten Geschmack**
drykkurinn hafði eins konar blandað bragð
**Kirschkuchen, Vanillepudding und Ananas**
kirsuberjaterta, vanillukrem og ananas
**Gebratener Truthahn, Toffee und Toast mit heißer Butter**
steikt kalkún, karamellu og ristað brauð með heitu smjöri
**und bald trank sie die Flasche aus**
og hún kláraði fljótlega flöskuna
**"Was für ein merkwürdiges Gefühl!" sagte Alice**
"Þvílík forvitnileg tilfinning!" sagði Alice
**"Ich klappe mich zusammen wie ein Teleskop!"**
"Ég leggst saman eins og sjónauki!"
**Und sie faltete sich tatsächlich zusammen wie ein Teleskop!**
Og hún lagðist saman eins og sjónauki!
**Sie war jetzt nur noch zehn Zentimeter groß**
Hún var nú aðeins tíu tommur á hæð
**und ihr Gesicht erhellte sich bei ihren Gedanken**
og andlit hennar ljómaði við hugsanir hennar

**Jetzt hatte sie die richtige Größe für das Türchen**

nú var hún í réttri stærð fyrir litlu hurðina

**Jetzt konnte sie in diesen schönen Garten gehen**

nú gat hún farið inn í þennan yndislega garð

**Bald hörte sie auf, kleiner zu werden**

fljótlega hætti hún að minnka

**Sie beschloß, sofort in den Garten zu gehen**

Hún ákvað að fara strax út í garðinn

**aber wehe der armen Alice!**

en því miður fyrir aumingja Alice!

**Sie kam zur Tür**

Hún kom til dyra

**Aber sie hatte den kleinen goldenen Schlüssel vergessen**

en hún hafði gleymt litla gulllyklinum

**Sie ging zurück zum Tisch, um den Schlüssel zu holen**

Hún fór aftur að borðinu til að ná í lykilinn

**aber sie merkte, daß sie nicht hoch genug greifen konnte**

en hún komst að því að hún gat ekki náð nógu hátt

**Sie konnte den Schlüssel ganz deutlich durch das Glas sehen**

hún sá lykilinn alveg greinilega í gegnum glerið

**Sie versuchte, die Beine des Tisches hinaufzuklettern**

Hún reyndi að klifra upp fæturna á borðinu

**Aber das Glas war viel zu rutschig**

en glerið var allt of sleipult

**Irgendwann erschöpfte sie sich mit dem Versuch**

Að lokum þreyttist hún á því að reyna

**Und das arme kleine Mädchen setzte sich hin und weinte**

og aumingja litla stúlkan settist niður og grét

**Alice sprach ziemlich scharf mit sich selbst**

Alice talaði frekar skarpt við sjálfa sig

**"Komm, es hat keinen Zweck, so zu weinen!"**

"Komdu, það þýðir ekkert að gráta svona!"

**"Ich rate dir, gleich aufzuhören!"**

"Ég ráðlegg þér að hætta strax!"

**Sie gab sich im Allgemeinen sehr gute Ratschläge**

Hún gaf sjálfri sér yfirleitt mjög góð ráð

obwohl sie nur sehr selten ihren eigenen Rat befolgte
þó hún hafi mjög sjaldan farið að eigin ráðum
und sie war manchmal zu streng mit sich selbst
og hún var stundum of hörð við sjálfa sig
und ihre Worte trieben ihr Tränen in die Augen
og orð hennar vöktu tár í augu hennar
Bald fiel ihr Blick auf einen kleinen Glaskasten
Brátt féll augu hennar á lítinn glerkassa
Der kleine Glaskasten lag unter dem Tisch
Litli glerkassinn lá undir borðinu
In dem Glaskasten befand sich ein sehr kleiner Kuchen
Í glerkassanum var mjög lítil kaka
Auf dem Kuchen waren einige Worte schön geschrieben
Á kökuna voru nokkur orð fallega skrifuð
die Worte waren in Johannisbeeren markiert worden
Orðin höfðu verið merkt með rifsberjum
"MICH ESSEN"
"BORÐAÐU MIG"
"Nun, ich werde den Kuchen essen," sagte Alice
"Jæja, ég skal borða kökuna," sagði Alice
"Und wenn mich der Kuchen größer werden lässt, kann ich
den Schlüssel erreichen"
"og ef kakan fær mig til að stækka, get ég náð lyklinum"
"Und wenn mich der Kuchen kleiner werden lässt, kann ich
unter die Tür kriechen"
"og ef kakan lætur mig minnka, get ég læðst undir hurðina"
"Also so oder so komme ich in den Garten"
"svo hvort heldur sem er, þá kem ég inn í garðinn"
"Und es ist mir egal, was von beidem passiert!"
"og mér er alveg sama hvor af þessu tvennu gerist!"
Sie aß ein wenig von dem Kuchen
Hún borðaði smá af kökunni
und sie sprach ängstlich zu sich selbst:
og hún talaði áhyggjufull við sjálfa sig:
"In welche Richtung? In welche Richtung?"
"Hvaða leið? Hvaða leið?"
und sie hielt die Hand auf den Kopf

og hún hélt hendinni á höfði sér
**Sie wollte spüren, in welche Richtung sie wuchs**
hún vildi finna hvernig hún væri að vaxa
**Sie war ganz überrascht, als sie erfuhr, was geschehen war**
hún var mjög hissa að komast að því hvað hafði gerst
**Sie war gleich groß geblieben!**
hún hafði haldist jafnstór!
**Also verdoppelte sie dieses Mal ihre Bemühungen**
Svo í þetta skiptið tvöfaldaði hún viðleitni sína
**Und bald war der ganze Kuchen fertig**
og fljótlega kláraði hún alla kökuna

## Der Pool der Tränen
Tárapollurinn

"Das wird immer interessanter!" rief Alice
"Þetta verður sífellt áhugaverðara!" hrópaði Alice
**Man kann sehen, dass sie sehr überrascht war**
Þú sérð að hún var mjög hissa
**"Ich öffne mich wie das größte Teleskop, das es je gab!"**
"Ég er að opna eins og stærsti sjónauki sem til er!"
**»Auf Wiedersehen, Füße! Oh, meine armen kleinen Füße"**
"Bless, fætur! Ó, aumingja litlu fæturnir mínir"
**"Ich frage mich, wer euch jetzt die Schuhe anziehen wird, meine Lieben?"**
"Ætli hver fari í skóna fyrir ykkur núna, elskurnar?"
**»und ich frage mich, wer Ihre Strümpfe anziehen wird?«**
"og ég velti því fyrir mér, hver ætlar að fara í sokkana þína?"
**"Ich werde viel zu weit weg sein"**
"Ég verð miklu of langt í burtu"
**"Ich werde mich nicht mehr um dich kümmern können"**
"Ég mun ekki geta haft áhyggjur af þér lengur"
**In diesem Augenblick schlug ihr Kopf gegen etwas**
Einmitt á þessu augnabliki rakst höfuð hennar á eitthvað
**Sie hatte das Dach des Saales erreicht**
hún var komin upp á þak salarins
**Tatsächlich war sie jetzt mehr als zwei Meter groß**
reyndar var hún nú meira en tveggja metra á hæð
**und sie ergriff sogleich den kleinen goldenen Schlüssel**
og hún tók þegar í stað upp litla gulllykilinn
**und sie eilte zur Gartentür**
og hún flýtti sér að garðdyrunum
**Arme Alice! Es gab nicht viel, was sie tun konnte**
Aumingja Alice! Það var ekki mikið sem hún gat gert
**Sie legte sich auf die Seite**
Hún lagðist á aðra hliðina
**Und sie blickte mit einem Auge in den Garten hinein**
og hún horfði út í garðinn með öðru auganu
**Aber durchzukommen war hoffnungsloser denn je**
en að komast í gegnum það var vonlausara en nokkru sinni

fyrr

**Sie setzte sich und fing wieder an zu weinen**

Hún settist niður og byrjaði að gráta aftur

**Sie fuhr fort, literweise Tränen zu vergießen**

Hún hélt áfram að fella lítra af tárum

**Bald war ein großer Pool um sie herum**

Fljótlega var stór laug allt í kringum hana

**und das Wasser reichte bis zur Hälfte des Flurs**

og vatnið náði hálfa leið niður ganginn

**Nach einer Weile hörte sie ein leises Getrappel von Füßen**

Eftir smá stund heyrði hún smá fótaklapp

**Sie hörte die Füße aus der Ferne kommen**

hún heyrði fæturna koma úr fjarlægð

**Und sie trocknete sich hastig die Augen, um zu sehen, was kommen würde**

og hún þurrkaði augun í flýti til að sjá hvað væri í boði

**Es war das weiße Kaninchen, das zurückkehrte**

Það var hvíta kanínan sem sneri aftur

**Er war prächtig gekleidet**

hann var prýðilega klæddur

**Er hatte ein Paar weiße Handschuhe in der einen Hand**

Hann var með hvíta hanska í annarri hendi

**Und in der anderen Hand hatte er einen großen Federfächer**

og hann var með stóra fjaðraviftu í hinni hendinni

**Er kam in großer Eile dahergetrabt**

Hann kom brokkandi í miklum flýti

**und er murmelte vor sich hin: »Ach! die Herzogin, die Herzogin!«**

og hann muldraði við sjálfan sig: "Ó! hertogaynjan, hertogaynjan!"

**»Ach! wird sie nicht wild sein, wenn ich sie habe warten lassen?«**

"Ó! verður hún ekki villimannleg ef ég hef látið hana bíða!"

**Als das Kaninchen in ihre Nähe kam, sprach Alice**
Þegar kanínan nálgaðist hana talaði Alice
**aber sie sprach mit leiser, schüchterner Stimme**
en hún talaði lágri og huglítilli röddu
**"Sir, bitte hören Sie für einen Moment auf, was Sie tun"**
"Herra, vinsamlegast hættu því sem þú ert að gera í eitt
augnablik"
**Das Kaninchen erschrak heftig**
Kanínunni brá harkalega
**Er ließ die weißen Handschuhe und den Federfächer fallen**
Hann sleppti hvítu hönskunum og fjaðraviftunni
**und er eilte fort in die Dunkelheit, so schnell er konnte**
og hann flýtti sér út í myrkrið eins hratt og hann gat
**Alice hob den Federfächer und die Handschuhe auf**
Alice tók upp fjaðraviftuna og hanskana
**Und sie fächelte sich immer wieder Luft zu, während sie
sprach**
og hún hélt áfram að vifta sér á meðan hún hélt áfram að tala
**»Liebes, liebes Kind! Wie seltsam ist das alles heute!"**
"Elskan, elskan! Hve undarlegt allt er í dag!"

"Gestern ging es weiter wie bisher"
"Í gær gengu hlutirnir alveg eins og venjulega"
"War ich heute Morgen noch so, als ich aufgestanden bin?"
"Var ég samur þegar ég fór á fætur í morgun?"
"Aber wenn ich nicht mehr derselbe bin, dann ist das eine andere Frage"
"En ef ég er ekki samur, þá er önnur spurning"
"Wer in aller Welt bin ich?"
"Hver í ósköpunum er ég?"
"Ah, das ist das große Rätsel!"
"Ah, það er stóra púsluspilið!"
Während sie das sagte, blickte sie auf ihre Hände hinunter
Á meðan hún sagði þetta leit hún niður á hendurnar
Sie trug einen der kleinen weißen Handschuhe des Kaninchens
Hún var með litla hvíta hanska kanínunnar
Sie hatte nicht bemerkt, dass sie den Handschuh angezogen hatte, während sie sprach
Hún hafði ekki tekið eftir því að hún setti á sig hanskann á meðan hún talaði
"Wie konnte ich das machen?" dachte sie
"Hvernig get ég gert það?" hugsaði hún
"Ich muss wieder klein werden"
"Ég hlýt að vera að verða lítill aftur"
Sie stand auf und ging zum Tisch, um ihre Größe zu messen
Hún stóð upp og fór að borðinu til að mæla hæð sína
Sie stellte fest, dass sie jetzt etwa einen halben Meter groß war
hún komst að því að hún var nú um hálfur metri á hæð
und sie schrumpfte immer noch schnell
og hún skreppti enn hratt saman
Bald fand sie heraus, was die Ursache für das Schrumpfen war
Hún komst fljótlega að því hver orsök minnkunarinnar var
Der Federfächer machte sie wieder kleiner!
fjaðraviftan var að gera hana minni aftur!
Und sie ließ hastig den Federfächer fallen

og hún sleppti fjaðraviftunni í flýti
**Sie ließ den Federfächer gerade noch rechtzeitig fallen, um sich zu retten**
Hún missti fjaðraviftuna rétt í tæka tíð til að bjarga sér
**Hätte sie sich noch länger Luft zugefächelt, wäre sie völlig zusammengeschrumpft**
ef hún hefði viftað sjálfri sér lengur hefði hún alveg skreppið í burtu
**»Das war ein knappes Entkommen!« sagte Alice**
"Þetta var naumur undankomuleið!" sagði Alice
**und sie erschrak sehr über die plötzliche Veränderung**
og hún varð töluvert hrædd við skyndilega breytinguna
**aber sie war sehr froh, daß sie noch da war**
en hún var mjög fegin að finna sjálfa sig enn til
**"Und jetzt ab in den Garten!"**
"Og nú í garðinn!"
**Und sie lief mit aller Geschwindigkeit zurück zu der kleinen Tür**
Og hún hljóp af fullum krafti aftur að litlu dyrunum
**Aber ach! Das Türchen wurde wieder geschlossen**
En því miður! litlu hurðinni var lokað aftur
**Und das goldene Schlüsselchen lag wieder auf dem Glastisch**
og litli gulllykillinn lá aftur á glerborðinu
**"Es ist schlimmer als je!" dachte das arme Kind**
"Ástandið er verra en nokkru sinni fyrr," hugsaði aumingja barnið
**"So klein war ich noch nie, niemals!"**
"Ég hef aldrei verið svona lítil áður, aldrei!"
**Bei diesen Worten rutschte ihr Fuß aus**
Þegar hún sagði þessi orð rann fótur hennar
**Und im nächsten Augenblick gab es ein großes Plätschern!**
og á öðru andartaki var mikið skvett!
**Sie stand bis zum Kinn im Salzwasser**
hún var upp að höku í saltvatni
**Ihre erste Idee war, dass sie irgendwie ins Meer gefallen war**
Fyrsta hugmynd hennar var að hún hefði einhvern veginn

dottið í sjóinn
**Sie erkannte jedoch bald, worin sie sich befand**
Hún áttaði sig þó fljótt á því í hverju hún var
**Sie war in einer Tränenlache**
hún var í tárapolli
**die Tränen, die sie geweint hatte, als sie zwei Meter groß
war**
tárin sem hún hafði grátið þegar hún var tveggja metra á hæð

**In diesem Augenblick hörte sie etwas**
Einmitt þá heyrði hún eitthvað
**Etwas plätscherte im Pool herum**
eitthvað skvettist um í lauginni
**Das Plätschern kam aus einiger Entfernung**
skvettan kom skammt frá
**und sie schwamm näher, um zu sehen, was das Plätschern
war**
og hún synti nær til að sjá hvað skvettan væri

**Bald sah sie, dass es nur eine kleine Maus war**
Hún sá brátt að þetta var bara lítil mús
**Auch die kleine Maus war ins Wasser geschlüpft**
Litla músin hafði líka smeygt sér út í vatnið
**Alice dachte bei sich über die Situation nach**
Alice hugsaði með sér um stöðuna
**"Würde es etwas nützen, mit dieser Maus zu sprechen?"**
"Væri eitthvað gagn að tala við þessa mús?"
**"Hier unten steht alles auf dem Kopf"**
"Allt er svo á hvolfi hérna"
**"Ich denke, es ist sehr wahrscheinlich, dass diese Maus
sprechen kann."**
"Ég myndi telja mjög líklegt að þessi mús geti talað"
**"Es schadet jedenfalls nicht, es zu versuchen"**
"Allavega, það er enginn skaði að reyna"
**Also begann sie zu versuchen, mit der Maus zu sprechen**
Svo hún fór að reyna að tala við músina
**"Oh Maus, kennst du den Weg aus diesem Pool?"**
"Ó mús, veistu leiðina upp úr þessari laug?"
**"Ich bin es leid, hier herumzuschwimmen, oh Maus!"**
"Ég er mjög þreytt á að synda hérna, ó mús!"
**Die Maus schaute sie ziemlich neugierig an**
Músin horfði frekar forvitin á hana
**Die Maus schien mit einem ihrer kleinen Augen zu blinzeln**
músin virtist blikka með einu af litlu augunum
**Aber die kleine Maus sagte nichts**
en litla músin sagði ekkert
**"Vielleicht versteht die Maus kein Englisch!" dachte Alice**
"Kannski skilur músin ekki ensku," hugsaði Alice
**"Ich wage zu behaupten, es ist eine französische Maus"**
"Ég þori að fullyrða að þetta sé frönsk mús"
**"Vielleicht kam diese Maus mit Wilhelm dem Eroberer
herüber"**
"kannski kom þessi mús með Vilhjálmi sigurvegara"
**Also fing sie wieder an, auf Französisch**
Svo byrjaði hún aftur, á frönsku
**"Wo ist meine Katze?", fragte sie auf Französisch**

"Hvar er kötturinn minn?" spurði hún á frönsku
**es war der erste Satz in ihrem französischen Unterrichtsbuch**
það var fyrsta setningin í frönskukennslubókinni hennar
**Die Maus machte einen plötzlichen Sprung aus dem Wasser**
Músin stökk skyndilega upp úr vatninu
**Und die Maus schien am ganzen Leibe vor Schreck zu zittern**
og músin virtist titra um allt af hræðslu
**"Oh, ich bitte um Verzeihung!" rief Alice hastig**
"Ó, ég bið þig fyrirgefningar!" hrópaði Alice í flýti
**Sie fürchtete, sie habe die Gefühle des armen Tieres verletzt**
hún var hrædd um að hún hefði sært tilfinningar aumingja dýrsins
**"Ich habe ganz vergessen, dass du keine Katzen magst"**
"Ég gleymdi alveg að þér líkaði ekki við ketti"
**"Ich mag keine Katzen!" rief die Maus mit schriller, leidenschaftlicher Stimme**
"Mér líkar ekki við ketti!" hrópaði músin með nístandi og ástríðufullri röddu
**"Hättest du gerne Katzen, wenn du ich wärst?"**
"Viltu ketti, ef þú værir ég?"
**Alice tröstete die Maus in einem beruhigenden Ton**
Alice huggaði músina í róandi tón
**"Naja, vielleicht würde ich an deiner Stelle auch keine Katzen mögen"**
"Jæja, kannski myndi ég ekki vilja ketti ef ég væri þú heldur"
**"Bitte ärgern Sie sich nicht über die Erwähnung von Katzen"**
"Vinsamlegast ekki vera reiður yfir því að minnst sé á ketti"
**"Und doch wünschte ich, ich könnte dir unsere Katze Dina zeigen"**
"Og samt vildi ég að ég gæti sýnt þér köttinn okkar Dinu"
**"Wenn du sie treffen würdest, würdest du wohl Gefallen an Katzen finden"**
"ef þú hittir hana held ég að þú myndir elska ketti"
**"Wenn du sie nur sehen könntest"**
"Ef þú gætir bara séð hana"
**"Sie ist so ein liebes, stilles Ding"**

"Hún er svo elskuleg, hljóðlát fyrirbæri"
**Die Maus zitterte am ganzen Körper**
Músin skalf út um allt
**Alice war sich sicher, dass die Maus wirklich beleidigt sein musste**
Alice var viss um að músin hlyti að vera virkilega móðguð
**"Wir reden nicht mehr über sie, wenn du lieber nicht willst"**
"Við tölum ekki um hana lengur, ef þú vilt það ekki"
**"Wir, allerdings!" rief die Maus**
"Já, svo sannarlega!" hrópaði músin
**Die Maus zitterte bis zum Ende ihres Schwanzes**
Músin skalf niður að halaendanum
**»Als ob ich über so ein Thema reden würde!«**
"Eins og ég myndi tala um slíkt efni!"
**"Unsere Familie hat Katzen schon immer gehasst"**
"Fjölskyldan okkar hataði alltaf ketti"
**"Katzen; Gemeine, niedrige, gemeine Dinger!"**
"kettir; viðbjóðslegir, lágir, dónalegir hlutir!"
**"Laß mich den Namen nicht noch einmal hören!"**
"Ekki láta mig heyra nafnið aftur!"
**"Katzen will ich ja nicht mehr erwähnen!" sagte Alice**
"Ég ætla ekki að minnast á ketti aftur!" sagði Alice
**Sie hatte es sehr eilig, das Thema zu wechseln**
hún var mjög að flýta sér að skipta um umræðuefni
**"Bist du... Lieben Sie Hunde?«**
"Ertu... Ertu hrifinn af hundum?"
**"Es gibt so einen netten kleinen Hund in der Nähe unseres Hauses."**
"Það er svo fallegur lítill hundur nálægt húsinu okkar,"
**"Ich möchte dir den kleinen Hund zeigen!"**
"Mig langar að sýna þér litla hundinn!"
**"Dieser kleine Hund tötet alle Ratten und...**
"Þessi litli hundur drepur allar rotturnar og...
**»O je!« rief Alice in traurigem Tone**
"Ó, elskan!" hrópaði Alice sorgmædd
**»Ich fürchte, ich habe dich schon wieder beleidigt!«**
"Ég er hræddur um að ég hafi móðgað þig aftur!"

**Die Maus schwamm so schnell sie konnte von ihr weg**
Músin synti frá henni eins hratt og hún gat farið
**Und die Maus machte einen ziemlichen Aufruhr im Tümpel**
og músin gerði mikið uppnám í lauginni
**Da rief sie leise der Maus nach**
Svo kallaði hún lágt á eftir músinni
**"Meine liebe Maus, komm bitte zurück!"**
"Elsku músin mín, komdu aftur!"
**"Und wir werden nicht über Katzen sprechen"**
"Og við munum ekki tala um ketti"
**"Und über Hunde müssen wir auch nicht reden"**
"Og við þurfum ekki að tala um hunda heldur"
**Als die Maus das hörte, drehte sie sich um**
Þegar músin heyrði þetta sneri hún sér við
**Und die kleine Maus schwamm langsam zu ihr zurück**
og litla músin synti hægt aftur til hennar
**Das Gesicht der Maus war ganz blaß**
andlit músarinnar var alveg fölt
**Und die Maus sprach mit leiser, zitternder Stimme**
og músin talaði lágri, skjálfandi röddu
**"Lasst uns ans Ufer gehen"**
"Förum í fjöruna"
**"Und dann erzähle ich dir meine Geschichte"**
"og þá skal ég segja þér sögu mína"
**"Und du wirst verstehen, warum ich Katzen und Hunde hasse"**
"og þú munt skilja af hverju ég hata ketti og hunda"
**Es war höchste Zeit zu gehen**
Það var kominn tími til að fara
**weil der Pool ziemlich voll wurde**
vegna þess að sundlaugin var að verða ansi troðfull
**Andere Vögel und Tiere waren in den Pool gefallen**
aðrir fuglar og dýr höfðu fallið í laugina
**es gab eine Ente und einen Dodo**
það voru önd og dódó
**und da waren ein Lory-Vogel und ein Adler**
og þar var Lory fugl og Eaglet

**und es gab noch einige andere interessant aussehende
Kreaturen**
og það voru nokkrar aðrar áhugaverðar verur
**Alice führte den Weg aus dem Pool**
Alice leiddi leiðina út laugina
**und die ganze Gesellschaft der Tiere schwamm ans Ufer**
og allur flokkur dýra synti til strandar

Ein Caucus-Rennen und ein langer Schwanz
Kapphlaup og langur hali
**Es waren in der Tat ein lustig aussehender Haufen Tiere**
Þetta var svo sannarlega fyndinn hópur af dýrum
**und sie versammelten sich alle am Ufer des Wassers**
Og þeir söfnuðust allir saman á vatnsbakkanum
**die Vögel hatten alle zerzauste Federn**
fuglarnir voru allir með dregnar fjaðrir
**und die pelzigen Tiere waren durchnässt**
og loðnu dýrin voru gegnblaut í gegn
**und alle waren triefend nass, genervt und unwohl**
og allir voru rennandi blautir, pirraðir og óþægilegir

**Es gab eine Frage, die zuerst beantwortet werden musste**
Það var ein spurning sem þurfti að svara fyrst
**Was ist der beste Weg für alle, um trocken zu werden?**
Hver er besta leiðin fyrir alla til að verða þurr?
**Sie hatten eine Konsultation zu diesem Thema**
Þeir höfðu samráð um þetta mál
**Bald waren sie alle auf vertrautem Einvernehmen**
Brátt voru þeir allir kunnugir

**Es war, als ob sie sie ihr ganzes Leben lang gekannt hätte**
það var eins og hún hefði þekkt þá alla ævi
**Die Maus schien eine Person mit einer gewissen Autorität zu sein**
Músin virtist vera manneskja með nokkurt vald
**"Setzt euch, ihr alle, und hört mir zu!**
"Sestu niður, öll saman, og hlustið á mig!
**"Ich werde euch bald wieder alle trocken machen!"**
"Ég skal bráðum þurrka ykkur öll aftur!"
**Sie setzten sich alle auf einmal in einem großen Ring nieder**
Þeir settust allir niður í senn, í stórum hring
**Und die kleine Maus saß in der Mitte**
og litla músin sat í miðjunni
**"Ähm!" sagte die Maus mit einer wichtigen Miene**
"Ahem!" sagði músin með þungum svip
**"Seid ihr bereit?"**
"Eruð þið öll tilbúin?"
**"Das ist das Trockenste, was ich kenne"**
"Þetta er það þurrasta sem ég veit"
**»Schweigen Sie ringsum, wenn Sie wollen!«**
"Þögn allt í kring, ef þú vilt!"
**"Wilhelm der Eroberer wurde vom Papst begünstigt"**
"Vilhjálmur sigurvegari naut hylli páfa"
**"aber er wurde bald von den Engländern unterworfen"**
"en hann var brátt undirgefinn af Englendingum"
**"Sie wollten in letzter Zeit Führer"**
"Þeir vildu leiðtoga upp á síðkastið"
**"Und sie waren an Macht und Eroberung gewöhnt"**
"og þeir höfðu verið vanir völdum og landvinningum"
**"Edwin und Morcar, die Grafen von Mercia und Northumbria"**
"Edwin og Morcar, jarlarnir af Mercia og Northumbria"
**»Pfui!« sagte der Lori-Vogel mit einem Schauer**
"Úff!" sagði lorifuglinn og hrollaði
**"und sogar Stigand, der patriotische Erzbischof von Canterbury"**
"og jafnvel Stigand, þjóðrækinn erkibiskup af Kantaraborg"

**"Er fand es auch ratsam"**

"Honum fannst það líka ráðlegt"

**"Was hielt er für ratsam?" fragte die Ente**

"Hvað var ráðlegt fyrir hann?" sagði öndin

**"Er fand es ratsam", antwortete die Maus ziemlich verärgert**

"Honum fannst það ráðlegt," svaraði músin heldur þvert

**aber die Ente war nicht zufrieden**

en öndin var ekki sátt

**"Natürlich weißt du, was 'es' bedeutet"**

"Auðvitað veistu hvað "það" þýðir"

**"Ich weiß, was es ist, wenn ich etwas finde," sagte die Ente**

"Ég veit hvað það er, þegar ég finn eitthvað," sagði öndin

**"Es ist in der Regel ein Frosch oder ein Wurm"**

"Þetta er yfirleitt froskur eða ormur"

**"Die Frage ist, was hat der Erzbischof gefunden?"**

"Spurningin er, hvað fann erkibiskupinn?"

**Die Maus bemerkte diese Frage nicht**

Músin tók ekki eftir þessari spurningu

**Stattdessen fuhr die Maus hastig mit der Rede fort**

Þess í stað hélt músin áfram með ræðuna í flýti

**"Er fand es ratsam, mit Edgar Atheling zu gehen"**

"honum fannst ráðlegt að fara með Edgar Atheling"

**"um William zu treffen und ihm die Krone anzubieten"**

"að hitta Vilhjálm og bjóða honum krúnuna"

**fuhr die Maus fort und wandte sich dabei an Alice**

músin hélt áfram og sneri sér að Alice um leið og hún talaði

**»Wie geht es dir jetzt, meine Liebe?«**

"Hvernig hefurðu það núna, elskan mín?"

**»So naß wie immer,« sagte Alice in melancholischem Tone**

"Eins blaut og alltaf," sagði Alice í dapurlegum tón

**"Diese Geschichte scheint mich überhaupt nicht auszutrocknen"**

"Þessi saga virðist alls ekki þurrka mig"

**»In diesem Falle,« sagte der Dodo feierlich und erhob sich**

"Ef svo er," sagði dódóinn hátíðlega og reis á fætur

**"Ich stimme dafür, dass die Sitzung vertagt wird"**

"Ég greiði atkvæði með því að fundinum verði frestað"

"und ich schlage vor, sofort energischere Heilmittel zu ergreifen"

"og ég legg til að tafarlaust verði tekin upp orkumeiri úrræði"

**"Sprich wahre Worte!" sagte der Adler**

"Tala sönn orð!" sagði örninn

**"Ich weiß nicht, was die Hälfte dieser langen Worte bedeutet"**

"Ég veit ekki hvað helmingurinn af þessum löngu orðum þýðir"

**»und außerdem glaube ich nicht, daß Sie es wissen!«**

"og það sem meira er, ég trúi ekki að þú vitir það heldur!"

**»Was ich sagen wollte«, sagte der Dodo in beleidigtem Ton**

"Það sem ég ætlaði að segja," sagði dódóinn móðgaður

**"Das Beste, was uns trocken kriegt, wäre ein Caucus-Rennen"**

"Það besta til að koma okkur þurrum væri caucus-kapphlaup"

**»Was ist ein Caucus-Rennen?« fragte Alice**

"Hvað er caucus-kynþáttur?" sagði Alice

"Nun", sagte der Dodo, "der beste Weg, es zu erklären, ist, es
zu tun."
"Jæja," sagði dódóinn, "besta leiðin til að útskýra það er að
gera það"
**"Zuerst steckte der Dodo eine Rennbahn ab"**
"Fyrst markaði dódóinn kappreiðabraut"
**"Die Strecke verlief in einer Art Kreis"**
"Lagið var í eins konar hring"
**"Und dann wurde die ganze Gesellschaft entlang der Strecke
platziert"**
"og svo var öllum flokknum komið fyrir meðfram brautinni"
**Es gab kein "Eins, zwei, drei und weg!"**
Það var ekkert "Einn, tveir, þrír og burt!"
**aber sie fingen an zu rennen, wann sie wollten**
en þeir byrjuðu að hlaupa þegar þeir vildu
**Und sie beendeten auch, wenn sie wollten**
og þeir kláruðu líka þegar þeir vildu
**Es war also nicht einfach zu wissen, wann das Rennen
vorbei war**
Það var því ekki auðvelt að vita hvenær keppninni væri lokið
**Nach etwa einer halben Stunde Laufen waren sie alle
ziemlich trocken**
eftir hálftíma eða svo hlaup voru þeir allir frekar þurrir
**der Dodo rief plötzlich: "Das Rennen ist vorbei!"**
kallaði dódóinn skyndilega: "Kapphlaupinu er lokið!"
**Und sie drängten sich alle um den Dodo**
og þeir þyrptust allir í kringum dódóinn
**Alle Tiere hechelten und schnauften**
öll dýrin másuðu og blésu
**und sie alle wollten wissen: "Aber wer hat gewonnen?"**
og þeir vildu allir vita: "En hver hefur unnið?"
**Diese Frage konnte der Dodo nicht sofort beantworten**
Þessari spurningu gat dódóinn ekki svarað strax
**Zuerst musste er sehr viel nachdenken**
fyrst þurfti hann að hugsa mikið
**Nach langem Nachdenken sprach der Dodo schließlich**
Eftir mikla umhugsun tók dódóinn loksins til máls

"Jeder hat gewonnen, und jeder muss Preise haben"
"Allir hafa unnið og allir verða að hafa verðlaun"
»Aber wer soll die Preise geben?« fragte ein Chor von Stimmen
"En hver á að veita verðlaunin?" spurði kór radda
"Nun, sie natürlich", sagte der Dodo
"Jæja, hún auðvitað," sagði dódóinn
und der Dodo deutete mit einem Finger auf Alice
og dódóinn benti með einum fingri á Alice
und die ganze Gesellschaft von Tieren drängte sich um sie
og allur flokkurinn af dýrum þyrptist í kringum hana
sie riefen verwirrt: »Preise! Preise!"
þeir hrópuðu ráðvilltir: "Verðlaun! Verðlaun!"
Alice hatte keine Ahnung, was sie tun sollte
Alice hafði ekki hugmynd um hvað hún ætti að gera
Verzweifelt steckte sie die Hand in die Tasche
Í örvæntingu stakk hún hendinni í vasann
Und sie zog eine Schachtel mit Süßigkeiten hervor
og hún dró upp sælgætiskassa
Glücklicherweise war das Salzwasser nicht in den Kasten gelangt
Til allrar hamingju var saltvatnið ekki komið í kassann
Und sie reichte die Süßigkeiten als Preise herum
og hún rétti sælgætið í verðlaun
Es gab genau ein Stück für jeden
Það var nákvæmlega eitt stykki fyrir alla
Das nächste, was sie tun mussten, war, die Süßigkeiten zu essen
Það næsta sem þeir þurftu að gera var að borða sælgætið
Dies verursachte einige Geräusche und Verwirrung
Þetta olli nokkrum hávaða og ruglingi
Die großen Vögel klagten, dass sie ihre Süßigkeiten nicht schmecken konnten
Stóru fuglarnir kvörtuðu yfir því að þeir gætu ekki smakkað sætindin þeirra
Die Kleinen verschluckten sich und mussten auf den Rücken geklopft werden

þeir litlu kafnuðu og þurfti að klappa þeim á bakið
**Doch dann war es endlich vorbei**
En það var loksins búið
**Und sie setzten sich wieder in einem Ring nieder**
Og þeir settust aftur í hring
**Und sie flehten die Maus an, ihnen noch etwas zu erzählen**
og þeir báðu músina að segja þeim eitthvað meira
**»Du hast versprochen, mir deine Geschichte zu erzählen,
weißt du,« sagte Alice**
"Þú lofaðir að segja mér sögu þína, þú veist," sagði Alice
**und sie machte noch eine kleine Bemerkung über Katzen im
Flüsterton**
og hún sagði aðra litla athugasemd um ketti í hvísli
**Sie wollte die Maus nicht noch einmal beleidigen**
Hún vildi ekki móðga músina aftur
**die kleine Maus drehte sich zu Alice um und seufzte**
litla músin sneri sér að Alice og andvarpaði
**"Meine Geschichte ist lang und traurig!"**
"Mín er löng og sorgleg saga!"
**»Es ist gewiß ein langer Schwanz,« sagte Alice**
"Þetta er vissulega langur hali," sagði Alice
**Und sie blickte verwundert auf den Schwanz der Maus
hinunter**
og hún leit undrandi niður á skottið á músinni
**"Aber warum nennst du es einen traurigen Schwanz?"**
"En af hverju kallarðu það sorglegan hala?"
**Und sie rätselte unaufhörlich, während die Maus sprach**
Og hún hélt áfram að velta því fyrir sér meðan músin talaði
**so daß ihre Vorstellung von der Geschichte ungefähr so
aussah**
þannig að hugmynd hennar um söguna var eitthvað á þessa
leið

"Fury said to
a mouse, That
he met in the
house, 'Let
us both go
to law: *I
will prosecute
you.*——
Come, I'll
take no denial:
We must have
the trial;
For really
this morning
I've
nothing
to do.'
Said the
mouse to
the cur,
'Such a
trial, dear
sir, With
no jury
or judge,
would
be wasting
our
breath.'
'I'll be
judge,
I'll be
jury,'
said
cunning
old
Fury:
'I'll
try
the
whole
cause,
and
condemn
you to
death.'"

**Fury sagte zu einer Maus, die er im Haus getroffen hat."**
Reiði sagði við mús: "Hann hittist í húsinu"
**Lasst uns beide vor Gericht gehen: Ich werde euch anklagen**
Við skulum báðir fara til laga: Ég mun sækja þig til saka
**Kommen Sie, ich leugne es nicht: Wir müssen den Prozeß haben**
Komdu, ég skal ekki neita: Við verðum að hafa réttarhöldin
**Denn heute morgen habe ich wirklich nichts zu tun**
Í raun og veru í morgun hef ég ekkert að gera
**Sagte die Maus zum Pfarrer;**
Sagði músin við bölvunina;

**Ein solcher Prozeß, lieber Herr, ohne Geschworene und Richter, würde uns den Atem rauben**

Slík réttarhöld, kæri herra, án kviðdóms eða dómara, væru að sóa andanum

**»Ich werde Richter sein, ich werde Geschworener sein«, sagte der schlaue alte Fury**

"Ég verð dómari, ég verð kviðdómur," sagði hinn lævísi gamli Fury

**Ich werde die ganze Sache prüfen und dich zum Tode verurteilen**

Ég skal reyna allan málstaðinn og dæma þig til dauða

**die Maus sprach streng zu Alice**

músin talaði alvarlega við Alice

**"Du passt nicht auf!"**

"Þú ert ekki að fylgjast með!"

**"Woran denkst du?"**

"Hvað ertu að hugsa um?"

**»Ich bitte um Verzeihung,« sagte Alice sehr demütig**

"Ég bið þig fyrirgefningar," sagði Alice mjög auðmjúk

**»Sie waren in der fünften Kurve angelangt, glaube ich?«**

"Þú varst kominn í fimmtu beygjuna, held ég?"

**"Du beleidigst mich, indem du so einen Unsinn redest!"**

"Þú móðgar mig með því að tala svona vitleysu!"

**Und die Maus stand auf und ging weg**

Og músin stóð upp og gekk í burtu

**Alice rief der kleinen Maus hinterher**

Alice kallaði á eftir litlu músinni

**"Bitte komm zurück und beende deine Geschichte!"**

"Vinsamlegast komdu aftur og kláraðu söguna þína!"

**Und die andern stimmten alle in den Chor ein**

Og hinir tóku allir þátt í kór

**"Ja, bitte beenden Sie Ihre Geschichte!"**

"Já, vinsamlegast kláraðu söguna þína!"

**Aber die Maus schüttelte nur ungeduldig den Kopf**

En músin hristi bara höfuðið óþolinmóð

**Und die kleine Maus ging ein wenig schneller**

og litla músin gekk aðeins hraðar

"Ich wünschte, ich hätte Dinah, unsere Katze, hier!" sagte
Alice

"Ég vildi að ég hefði Dinah, köttinn okkar, hérna!" sagði Alice

**Dies erregte in der Partei ein bemerkenswertes Aufsehen**

Þetta olli ótrúlegri tilfinningu meðal flokksins

**Einige der Vögel eilten sofort davon**

Sumir fuglanna flýttu sér strax af stað

**und ein Kanarienvogel rief mit zitternder Stimme seinen
Kindern zu;**

og kanarífugl kallaði skjálfandi röddu til barna sinna;

**»Kommt fort, meine Lieben!«**

"Komið burt, elskurnar mínar!"

**"Es ist höchste Zeit, dass ihr alle im Bett seid!"**

"Það er kominn tími til að þið séuð öll komin í rúmið!"

**Mit verschiedenen Ausreden gingen sie alle weg**

Með ýmsum afsökunum fóru þeir allir í burtu

**und Alice war bald allein**

og Alice var brátt ein eftir

**"Ich wünschte, ich hätte Dina nicht erwähnt!"**

"Ég vildi að ég hefði ekki minnst á Dinu!"

**"Niemand scheint sie hier unten zu mögen"**

"Enginn virðist vera hrifinn af henni hérna niðri"

**"Aber ich bin mir sicher, dass sie die beste Katze von der
Welt ist!"**

"en ég er viss um að hún er besti köttur í heimi!"

**Die arme Alice fing wieder an zu weinen**

Aumingja Alice fór aftur að gráta

**weil sie sich sehr einsam und niedergeschlagen fühlte**

vegna þess að henni fannst hún mjög einmana og lítilfjörug

**Nach einer Weile aber hörte sie wieder etwas**

En eftir litla stund heyrði hún aftur eitthvað

**ein leises Getrappel von Schritten in der Ferne**

smá fótatak í fjarska

**und sie blickte eifrig auf**

og hún leit upp ákaft

## Der Hase schickt den kleinen Mr. Bill herein
### Kanínan sendir inn litla herra Bill

**Es war das weiße Kaninchen, das langsam wieder
zurücktrabte**
Það var hvíta kanínan, sem brokkaði hægt til baka aftur
**Er sah sich ängstlich um, während er ging**
Hann horfði áhyggjufullur í kringum sig á meðan hann fór
**Er sah aus, als hätte er etwas verloren**
hann leit út eins og hann hefði misst eitthvað
**Alice hörte, wie er vor sich hin murmelte**
Alice heyrði hann muldra við sjálfa sig
**»Die Herzogin! Die Herzogin! Oh, meine lieben Pfoten!"**
"Hertogaynjan! Hertogaynjan! Ó, elsku loppurnar mínar!"
**"Oh, mein Fell und meine Schnurrhaare!"**
"Ó, feldurinn minn og hárhár!"
**"Sie wird mich hinrichten lassen, da bin ich mir sicher"**
"Hún mun taka mig af lífi, ég er viss um það"
**"Genauso sicher, wie Frettchen Frettchen sind!"**
"Alveg eins víst og frettur eru frettur!"
**"Wo kann ich meine Sachen abgestellt haben, frage ich
mich?"**
"Hvar get ég hafa misst dótið mitt, velti ég fyrir mér?"
**Alice erriet in einem Augenblick, was er suchte**
Alice giskaði á augnabliki hvað hann væri að leita að
**Er war auf der Suche nach dem Federfächer**
Hann var að leita að fjaðraviftunni

**Und er suchte nach dem Paar weißer Handschuhe**
og hann var að leita að hvítu hönskunum
**So machte sie sich sehr gutmütig auf die Suche nach den Handschuhen**
Svo hún fór mjög góðlátlega að leita að hönskunum
**Und sie suchte auch nach dem Federfächer**
og hún leitaði líka að fjaðraviftunni
**Aber die Handschuhe und der Federfächer waren nirgends zu sehen**
en hanskarnir og fjaðraviftan voru hvergi sjáanleg
**Alles schien sich verändert zu haben, seit sie im Pool geschwommen war**
Allt virtist hafa breyst síðan hún synti í lauginni
**Nichts war mehr so, wie es war, seit sie in der Großen Halle gewesen war**
ekkert var eins síðan hún hafði verið í stóra salnum
**und der Glastisch war verschwunden**
og glerborðið var horfið
**Und die kleine Tür war auch nicht da**
og litla hurðin var ekki þar heldur
**Sehr bald bemerkte das Kaninchen Alice**
Mjög fljótlega tók kanínan eftir Alice
**rief er ihr in zornigem Ton zu**
Hann kallaði til hennar í reiðilegum tón
**"Mary Ann, was machst du hier draußen?"**
"Mary Ann, hvað ertu að gera hérna úti?"
**"Lauf in diesem Moment nach Hause"**
"Hlauptu heim á þessu augnabliki"
**"Und hol mir ein Paar Handschuhe und einen Federfächer!"**
"og sæktu mér hanska og fjaðraviftu!"
**"Und beeil dich!"**
"Og vertu fljótur að því!"
**Alice sprach mit sich selbst, als sie davonrannte**
Alice talaði við sjálfa sig þegar hún hljóp af stað
**"Er muss mich für sein Hausmädchen gehalten haben!"**
"Hann hlýtur að hafa misskilið mig fyrir vinnukonu sinni!"
**"Wie überrascht wird er sein, wenn er herausfindet, wer ich**

bin!"
"Hve hissa hann verður þegar hann kemst að því hver ég er!"
**Während sie dies sagte, stieß sie auf ein hübsches Häuschen**
Þegar hún sagði þetta kom hún að snyrtilegu litlu húsi
**An der Tür des Hauses hing eine helle Messingplatte**
á húsdyrum var björt látúnsplata
**"W. HASE"**
"W. KANÍNA"
**Sie trat ein, ohne an die Tür zu klopfen**
Hún gekk inn án þess að banka á dyrnar
**und sie eilte geradewegs die Treppe hinauf**
og hún flýtti sér beint upp á efri hæðina
**sie machte sich Sorgen, dass sie die echte Mary Ann treffen könnte**
hún hafði áhyggjur af því að hún gæti hitt hina raunverulegu Mary Ann
**denn dann würde sie aus dem Haus gejagt werden**
því þá yrði henni vísað út úr húsinu
**Und sie würde den Federfächer und die Handschuhe nicht finden können**
og hún myndi ekki geta fundið fjaðraviftuna og hanskana
**Alice hatte den Weg in ein aufgeräumtes Kämmerlein gefunden**
Alice hafði rata inn í snyrtilegt lítið herbergi
**Im Zimmer stand ein Tisch am Fenster**
í herberginu var borð við gluggann
**und auf dem Tisch stand ein Federfächer**
og á borðinu var fjaðravifta
**Und da waren zwei oder drei Paar winzige weiße Handschuhe**
og það voru tvö eða þrjú pör af litlum hvítum hönskum
**Sie hob den Federfächer und ein Paar Handschuhe auf**
Hún tók upp fjaðraviftuna og par af hönskunum
**und sie war eben im Begriff, das Zimmer zu verlassen**
og hún var í þann mund að yfirgefa herbergið
**Aber dann fiel ihr Blick auf ein Fläschchen**
en þá féllu augu hennar á litla flösku

**Sie entkorkte die Flasche und führte sie an ihre Lippen**
Hún tók tappann af flöskunni og setti hana að vörum sér
**"Ich hoffe, dass ich dadurch wieder groß werde"**
"Ég vona að það fái mig til að stækka aftur"
**"Ich bin es leid, so ein winziges Ding zu sein!"**
"Ég er þreytt á að vera svona pínulítill hlutur!"
**Alice hatte kaum die halbe Flasche getrunken**
Alice hafði varla drukkið hálfa flöskuna
**Ihr Kopf drückte bereits gegen die Decke**
Höfuð hennar þrýstist þegar upp í loftið
**und sie musste sich bücken**
og hún varð að beygja sig niður
**um ihr das Genick vor dem Genickbruch zu bewahren**
til að bjarga hálsi hennar frá því að brotna
**Hastig stellte sie die Flasche ab**
Hún lagði flöskuna frá sér í flýti
**"Das reicht"**
"Það er alveg nóg"
**"Ich hoffe, ich wachse nicht mehr"**
"Ég vona að ég vaxi ekki lengur"
**Leider! Es war zu spät, das zu wünschen!**
Því miður! Það var of seint að óska þess!
**Sie wuchs und wuchs weiter**
Hún hélt áfram að vaxa og vaxa
**und sehr bald musste sie sich auf den Boden knien**
og mjög fljótlega varð hún að krjúpa á gólfið
**und selbst dann wuchs sie weiter**
og jafnvel þá hélt hún áfram að vaxa
**Als letztes Mittel streckte sie einen Arm aus dem Fenster**
Sem síðasta úrræði setti hún annan handlegginn út um
gluggann
**und sie setzte einen Fuß auf den Schornstein**
og hún setti annan fótinn upp í strompinn
**"Jetzt kann ich nicht mehr, was auch immer passiert"**
"Nú get ég ekki meira, hvað sem gerist"
**»Was wird aus mir?«**
"Hvað verður um mig?"

**Alice hatte Glück**
Alice var heppin
**Das kleine Zauberfläschchen hatte seine volle Wirkung entfaltet**
Litla töfraflaskan hafði haft full áhrif
**und Alice wurde nicht größer, als sie war**
og Alice varð ekki stærri en hún var
**Nach ein paar Minuten hörte sie draußen eine Stimme**
Eftir nokkrar mínútur heyrði hún rödd fyrir utan
**Und sie blieb stehen, um der Stimme zu lauschen**
og hún nam staðar til að hlusta á röddina
**»Mary Ann! Mary Ann!« sagte die Stimme**
"María Ann! Mary Ann!" sagði röddin
**"Hol mir gleich meine Handschuhe!"**
"Sæktu mig hanskana mína á þessari stundu!"
**Dann ertönte ein leises Getrappel von Füßen auf der Treppe**
Svo kom smá fótaklapp á stiganum
**Alice wusste, dass es das Kaninchen war, das kam, um sie zu suchen**

Alice vissi að það var kanínan sem kom að leita að henni
**und sie zitterte, bis sie das Haus erschütterte**
Og hún skalf þar til hún hristi húsið
**Sie vergaß ganz, welche Proportionen sie hatte**
hún gleymdi alveg hver hlutföll hennar voru
**Sie war tausendmal so groß wie das Kaninchen**
hún var þúsund sinnum stærri en kanínan
**und sie hatte keinen Grund, sich vor einem Kaninchen zu
fürchten**
og hún hafði enga ástæðu til að vera hrædd við kanínu
**Bald kam das Kaninchen an die Tür heran**
Um leið kom kanínan að dyrunum
**Und das kleine Kaninchen versuchte, die Tür zu öffnen**
og litla kanínan reyndi að opna dyrnar
**Die Tür begann sich nach innen zu öffnen**
hurðin byrjaði að opnast inn á við
**aber Alices Ellbogen wurde hart gegen die Tür gedrückt**
en olnboga Alice þrýstist fast að hurðinni
**Dieser Versuch erwies sich als Fehlschlag**
sú tilraun reyndist misheppnuð
**Alice hörte, wie das Kaninchen mit sich selbst sprach**
Alice heyrði kanínuna tala við sjálfa sig
**"Dann gehe ich herum und steige durch das Fenster ein"**
"Þá fer ég í kringum og kem inn um gluggann"
**"Das wirst du nicht!" dachte Alice**
"Það gerir þú ekki!" hugsaði Alice
**und sie wartete wieder ein wenig**
Og hún beið aftur dálítið
**Bald hörte sie das Kaninchen gerade unter dem Fenster**
Brátt heyrði hún í kanínunni rétt undir glugganum
**Plötzlich streckte sie ihre Hand aus**
Hún rétti skyndilega út höndina
**Und sie machte einen Sprung in die Luft**
og hún hrifsaði upp í loftið
**Sie bekam nichts in die Finger**
Hún náði ekki í neitt
**aber sie hörte einen kleinen Schrei und einen Sturz**

en hún heyrði lítið öskur og fall
**und sie hörte ein Krachen von zerbrochenem Glas**
og hún heyrði brak úr glerbrotum
**Vielleicht war das Kaninchen gefallen**
kannski hafði kanínan dottið
**Vielleicht war er in einem Gewächshaus**
kannski var hann í grænu húsi
**Dann ertönte eine zornige Stimme; Die Stimme des Kaninchens**
Því næst kom reiðileg rödd; Rödd kanínunnar
**"Pat, wo bist du?"**
"Pat, hvar ertu?"
**Und dann ertönte eine Stimme, die sie noch nie zuvor gehört hatte**
Og þá kom rödd sem hún hafði aldrei heyrt áður
**"Euer Ehren, ich bin hier!"**
"Heiður þinn, ég er hér!"
**"Ich grabe nach Äpfeln"**
"Ég er að grafa eftir eplum"
**»Hier! Komm und hilf mir da raus!"**
"Hérna! Komdu og hjálpaðu mér út úr þessu!"
**»Nun sag mir, Pat, was ist das da im Fenster?«**
"Segðu mér nú, Pat, hvað er þetta í glugganum?"
**"Sicher, Euer Ehren, ich werde es Ihnen sagen"**
"Jú, heiður þinn, ég skal segja þér það"
**"Das ist ein Arm, der im Fenster steckt!"**
"Það er handleggur sem er í glugganum!"
**"Na ja, da hat ein Arm nichts zu suchen"**
"Jæja, armur á ekkert erindi þar"
**"Geh und nimm den Arm weg!"**
"Farðu og taktu handlegginn í burtu!"
**Hierauf trat ein langes Schweigen ein**
Það varð löng þögn eftir þetta
**und Alice konnte nur ab und zu ein Flüstern hören**
og Alice heyrði bara hvísl af og til
**und endlich streckte sie die Hand wieder aus**
og loks rétti hún út höndina aftur

**Und sie machte einen weiteren Sprung in die Luft**
og hún hrifsaði enn eitt í loftið
**Diesmal gab es zwei kleine Schreie**
Í þetta skiptið heyrðust tvö lítil öskur
**und es gab noch mehr Geräusche von zerbrochenem Glas**
og það heyrðust fleiri glerbrot
**"Ich möchte wohl wissen, was sie nun tun werden!" dachte Alice**
"Ég velti því fyrir mér hvað þau geri næst!" hugsaði Alice
**"Ich wünschte, sie würden mich aus dem Fenster ziehen"**
"Ég vildi að þeir myndu draga mig út um gluggann"
**Sie wartete eine Weile**
Hún beið í nokkurn tíma
**aber eine Weile hörte sie nichts mehr**
en um tíma heyrði hún ekkert meira
**Endlich ertönte das Rumpeln kleiner Rädchen**
Loks heyrðist gnýr í litlum hjólum
**Und da ertönten viele Stimmen**
Og þar heyrðust margar raddir
**Alle Stimmen sprachen miteinander**
allar raddirnar töluðu saman
**Sie konnte einige der Worte verstehen**
Hún gat greint sum orðin
**"Wo ist die andere Leiter?"**
"Hvar er hinn stiginn?"
**"Bill hat die andere Leiter"**
"Bill er með hinn stigann"
**"Bill, komm her!"**
"Bill, komdu hingað!"
**"Wird das Dach die Last tragen?"**
"Mun þakið bera byrðina?"
**"Wer will schon den Schornstein hinuntergehen?"**
"Hver vill fara niður í strompinn?"
**»Nein, das werde ich nicht! Du machst es!"**
"Nei, ég skal ekki gera það! Þú gerir það!"
**»Hier, Bill!«**
"Hérna, Bill!"

"Der Meister sagt, du musst in den Schornstein hinunter!"
"Húsbóndinn segir að þú verðir að fara niður strompinn!"
**Alice zog ihren Fuß so weit den Schornstein hinab, wie sie konnte**
Alice dró fótinn eins langt niður strompinn og hún gat
**Und dann wartete sie, was kommen würde**
og svo beið hún eftir að sjá hvað væri í boði
**Sie hörte ein kleines Tier kratzen und krabbeln**
Hún heyrði lítið dýr klóra og skreppa
**Das Tierchen muss sich im Schornstein befinden**
litla dýrið verður að vera í strompnum
**dann gab sie einen scharfen Tritt**
svo gaf hún eitt snöggt spark
**Und sie wartete ab, was als nächstes geschehen würde**
og hún beið eftir að sjá hvað myndi gerast næst
**Sie hörte einen allgemeinen Chor von Stimmen**
hún heyrði almennan kór radda
**"Da geht Bill!", sagten alle**
"Þarna fer Bill!" sögðu þeir allir
**Dann hörte sie allein die Stimme des Kaninchens**
Þá heyrði hún rödd kanínunnar eina
**"Du an der Hecke, fang ihn!"**
"Þú við limgerðið, náðu honum!"
**Es trat wieder ein Augenblick des Schweigens ein**
það varð önnur þögn
**Und dann gab es wieder ein Stimmengewirr**
og svo varð annar ruglingur í röddum
**"Halt seinen Kopf hoch, Brandy"**
"Haltu höfðinu uppi, Brandy"
**"Pass auf, dass du ihn nicht würgst"**
"Gættu þess að kæfa hann ekki"
**"Was ist mit dir passiert?"**
"Hvað kom fyrir þig?"
**Zuletzt kam eine kleine, schwache, quietschende Stimme**
Síðast kom lítil veikburða, tístandi rödd
**"Nun, ich weiß es kaum mehr"**
"Jæja, ég veit varla meira"

"Danke euch allen, mir geht es jetzt besser"
"takk öll, ég er betri núna"
"Es gibt eine Sache, an die ich mich erinnern kann"
"það er eitt sem ég man eftir"
"Irgendetwas kommt auf mich zu wie ein Zug im Tunnel"
"Eitthvað kemur að mér eins og lest í göngum"
"Und ich fliege hoch wie eine Rakete!"
"og upp flýg ég eins og eldflaug!"
Es gab ein oder zwei Minuten des Schweigens
Það var ein eða tvær mínútur af þögn
Und dann fingen sie wieder an, sich zu bewegen
og síðan tóku þeir að hreyfa sig aftur
und Alice hörte das Kaninchen wieder sprechen
og Alice heyrði kanínuna tala aftur
"Ein Karren voll reicht für den Anfang"
"Til að byrja með dugar haugfylli"
"Einen Karren voll wovon?" dachte Alice
"Haugfylli af hverju?" hugsaði Alice
Aber sie wurde nicht lange in Atem gehalten
En henni var ekki haldið lengi í spennu
Ein Regen von kleinen Kieselsteinen drang durch das
Fenster
Lítil smásteinaregn kom inn um gluggann
und einige der kleinen Kieselsteine trafen sie im Gesicht
og sumir af litlu smásteinunum lentu í andlitinu á henni
Alice wunderte sich über die kleinen Kieselsteine
Alice var hissa á litlu smásteinunum
all die kleinen Kieselsteine verwandelten sich in Kuchen
allir litlu smásteinarnir voru að breytast í kökur
und eine glänzende Idee kam ihr in den Kopf
og björt hugmynd kom upp í huga hennar
"Einen von diesen Kuchen sollte ich essen"
"Ég ætti að borða eina af þessum kökum"
"Der Kuchen wird sicher etwas an meiner Größe ändern"
"Kaka mun örugglega breyta stærðinni minni"
Also schluckte sie einen der Kuchen
Svo hún gleypti eina kökuna

**und sie freute sich, als sie feststellte, dass sie anfing zu schrumpfen**
og hún var ánægð að komast að því að hún fór að skreppa saman
**Bald war sie klein genug, um durch die Tür zu kommen**
brátt var hún orðin nógu lítil til að komast inn um dyrnar
**Sie rannte aus dem Haus**
Hún hljóp út úr húsinu
**Draußen wartete eine Menge kleiner Tiere und Vögel**
Fjöldi lítilla dýra og fugla beið fyrir utan
**alle kleinen Vögel und Tiere stürzten sich auf Alice**
allir litlu fuglarnir og dýrin hlupu á Alice
**aber sie rannte davon, so schnell sie konnte**
en hún hljóp burt eins hratt og hún gat
**und bald fand sie sich sicher in einem dichten Walde**
og brátt fann hún sig örugga í þykkum skógi
**Alice irrte im Walde umher**
Alice ráfaði um í skóginum
**Und sie dachte bei sich:**
Og hún hugsaði með sér:
**"Ich weiß, was ich zuerst zu tun habe"**
"Ég veit hvað ég þarf að gera fyrst"
**"erst muss ich wieder auf meine richtige Größe wachsen"**
"fyrst þarf ég að vaxa í rétta stærð aftur"
**"Und dann muss ich den Weg in diesen schönen Garten finden"**
"og þá verð ég að rata inn í þennan yndislega garð"
**"Ich glaube, ich sollte irgendetwas essen oder trinken"**
"Ég ætti ekki að borða eða drekka eitt eða annað"
**"Aber die Frage ist, was soll ich essen oder trinken?"**
"en spurningin er hvað á ég að borða eða drekka?"
**Alice blickte sich um und betrachtete die Blumen**
Alice leit í kringum sig á blómin
**Und sie schaute durch die Grashalme hindurch**
og hún leit í gegnum grasstráin
**aber sie konnte nichts zu essen und zu trinken sehen**
en hún sá ekkert að borða eða drekka

**Nichts sah nach dem Richtigen zum Essen oder Trinken aus**
Ekkert leit út fyrir að vera réttur hlutur til að borða eða drekka
**In ihrer Nähe wuchs ein großer Pilz**
Það var stór sveppur að vaxa nálægt henni
**der Pilz war ungefähr so groß wie Alice**
sveppurinn var um það bil jafn hár og Alice
**Sie streckte sich auf den Zehenspitzen auf**
Hún teygði sig upp á tánum
**Und sie guckte über den Rand des Pilzes**
og hún gægðist yfir brún sveppsins
**Ihre Augen trafen sofort die Augen einer großen blauen Raupe**
Augu hennar mættu strax augum stórrar blárrar maðks
**Die Raupe saß auf der Spitze des Pilzes**
Larfan sat efst á sveppnum
**und die Raupe hatte alle Arme gekreuzt**
og maðkurinn hafði krosslagt alla handleggi sína
**Und er rauchte leise eine lange Wasserpfeife**
og hann reykti hljóðlega langa vatnspípu
**und er nahm nicht die geringste Notiz von irgendetwas**
og hann tók ekki minnstu gaum að neinu
**und er achtete gewiß nicht auf Alice**
og hann veitti Alice svo sannarlega ekki athygli

# Ratschläge von einer Raupe
## Ráð frá maðki

**Endlich nahm die Raupe die Shisha aus dem Maul**
Loksins tók lirfan vatnspípuna úr munni sér
**und er redete Alice mit einer trägen, schläfrigen Stimme an**
og hann ávarpaði Alice með sljóri, syfjaðri röddu
**"Wer bist du?" fragte die Raupe**
"Hver ert þú?" sagði lirfan

**Alice antwortete etwas schüchtern: "Ich weiß es kaum, Sir."**
Alice svaraði frekar feimnislega: "Ég veit það varla, herra"
**"Gerade im Moment ist alles ein bisschen..."**
"Bara í augnablikinu er þetta allt svolítið..."
**"Ich weiß, wer ich war, als ich heute Morgen aufgestanden bin."**
"Ég veit hver ég var þegar ég fór á fætur í morgun""
**"aber ich glaube, ich muss mich seitdem mehrmals verändert haben"**
"en ég held að ég hljóti að hafa breyst nokkrum sinnum síðan þá"
**"Was meinst du damit?" sagte die Raupe**

"Hvað meinarðu með því?" sagði lirfan

**Streng forderte die Raupe sie auf, sich zu erklären**

Stranglega bað lirfan hana að útskýra sig

**»Ich kann mich nicht erklären, fürchte ich, Sir«, sagte Alice**

"Ég get ekki útskýrt mig, ég er hræddur um, herra," sagði
Alice

**"weil ich nicht ich selbst bin"**

"Af því að ég er ekki ég sjálf"

**"Du siehst, es ist sehr verwirrend, so viele verschiedene
Größen an einem Tag zu haben"**

"Þú sérð, að vera svo margar mismunandi stærðir á einum
degi er mjög ruglingslegt"

**Sie raffte sich auf und sagte sehr ernst:**

Hún reif sig upp og sagði mjög alvarlega:

**"Ich denke, du solltest mir zuerst sagen, wer du bist"**

"Ég held að þú ættir að segja mér hver þú ert, fyrst"

**"Warum?" fragte die Raupe**

"Hvers vegna?" sagði lirfan

**Alice fiel kein guter Grund ein**

Alice gat ekki hugsað sér neina góða ástæðu

**und die Raupe schien sich in einem sehr unangenehmen
Gemütszustand zu befinden**

og lirfan virtist vera í mjög óþægilegu hugarástandi

**also wandte sie sich ab**

Svo hún sneri sér undan

**"Komm zurück!" rief ihr die Raupe nach**

"Komdu aftur!" kallaði lirfan á eftir henni

**"Ich habe etwas Wichtiges zu sagen!"**

"Ég hef eitthvað mikilvægt að segja!"

**Alice drehte sich um und kam wieder zurück**

Alice sneri sér við og kom aftur

**"Behalte die Fassung!" sagte die Raupe**

"Haltu skapi þínu," sagði lirfan

**»Ist das alles?« fragte Alice**

"Er það allt og sumt?" sagði Alice

**und sie schluckte ihren Zorn hinunter, so gut sie konnte**

og hún kyngdi reiði sinni eins vel og hún gat

"Nein!" sagte die Raupe
"Nei," sagði lirfan
**Die Raupe breitete ihre Arme aus**
lirfan breiddi út handleggina
**Und er nahm die Shisha wieder aus dem Mund**
Og hann tók vatnspípuna úr munni sér aftur
**Und er sagte: "Du glaubst also, du bist verändert, oder?"**
og hann sagði: "Svo þú heldur að þú sért breyttur, er það?"
**»Ich fürchte, ich bin verändert, Sir,« sagte Alice**
"Ég er hræddur um að ég sé breyttur, herra," sagði Alice
**"Ich kann mich nicht mehr so an Dinge erinnern, wie ich sie früher in Erinnerung hatte"**
"Ég man ekki hlutina eins og ég var vanur að muna þá"
**"Und ich bleibe nicht länger als zehn Minuten gleich groß!"**
"og ég er ekki í sömu stærð í meira en tíu mínútur!"
**"Wie groß willst du sein?" fragte die Raupe**
"Hvaða stærð viltu vera?" spurði lirfan
**»Oh, es ist mir nicht besonders wichtig, wie groß ich bin«, erwiderte Alice hastig**
"Ó, mér er alveg sama hvaða stærð ég er," svaraði Alice í flýti
**"Ich mag es einfach nicht, so oft die Größe zu wechseln, weißt du"**
"Mér finnst bara ekki gaman að skipta um stærð svona oft, þú veist"
**"Ich würde gerne etwas größer sein, Sir"**
"Mig langar að vera aðeins stærri, herra"
**»wenn es dir nichts ausmacht,« fügte Alice hinzu**
"ef þér væri sama," bætti Alice við
**"Zehn Zentimeter sind so eine erbärmliche Größe"**
"Tíu sentímetrar er svo ömurleg hæð að vera"
**"Das ist wirklich eine sehr gute Höhe!" sagte die Raupe ärgerlich**
"Það er mjög góð hæð!" sagði lirfan reiðilega
**und er richtete sich auf, während er sprach**
Og hann reis uppréttur meðan hann talaði
**Er war genau zehn Zentimeter groß**
Hann var nákvæmlega tíu sentímetrar á hæð

In ein oder zwei Minuten war die Raupe vom Pilz
heruntergekommen

Eftir eina eða tvær mínútur fór lirfan niður af sveppnum

**und er kroch ins Gras**

og hann skreið í grasið

**Als er sich entfernte, machte er einige kleine Bemerkungen**

Þegar hann gekk burt sagði hann nokkrar smá athugasemdir

**"Eine Seite lässt dich größer werden"**

"Önnur hliðin mun láta þig vaxa hærri"

**"Und die andere Seite wird dich kleiner werden lassen"**

"og hin hliðin mun láta þig styttast"

**"Eine Seite wovon?" dachte Alice bei sich**

"Ein hlið á hverju?" hugsaði Alice með sjálfri sér

**"Die andere Seite von was?"**

"Hin hliðin á hverju?"

**"Die Seite des Pilzes!" sagte die Raupe**

"Hlið sveppsins," sagði maðkurinn

**Es war, als hätte sie ihre Frage laut gestellt**

það var eins og hún hefði spurt spurningu sína upphátt

**und im nächsten Augenblick war er außer Sichtweite**

og á öðru andartaki var hann horfinn úr augsýn

**Alice blieb stehen und betrachtete den Pilz nachdenklich**

Alice horfði hugsi á sveppinn

**Sie versuchte herauszufinden, welche die beiden Seiten des
Pilzes waren**

hún var að reyna að átta sig á því hverjar væru tvær hliðar
sveppsins

**Endlich streckte sie ihre Arme um den Pilz**

Loks teygði hún handleggina utan um sveppinn

**und sie brach ein Stück der Ränder ab**

og hún braut svolítið af brúnunum

**»Und nun, welche Seite ist welche?« fragte sie sich**

"Og nú, hvoru megin er hvil?" sagði hún við sjálfa sig

**und sie knabberte ein wenig von dem Stück der rechten
Hand**

og hún nartaði aðeins í hægri bitann

**Im nächsten Augenblick spürte sie einen heftigen Schlag**

unter ihrem Kinn

Á næsta augnabliki fann hún fyrir harkalegu höggi undir
hökunni

Ihr Kinn hatte ihren Fuß getroffen!

Hakan hafði lent í fæti hennar!

Sie war sehr erschrocken über diese sehr plötzliche
Veränderung

Hún var talsvert hrædd við þessa mjög skyndilegu breytingu

Sie schrumpfte sehr schnell

hún skreppti mjög hratt saman

Also aß sie schnell etwas von dem anderen Stück Pilz

svo hún borðaði fljótt eitthvað af hinum sveppunum

Ihr Kinn war sehr eng gegen ihren Fuß gepresst

Höku hennar var þrýst mjög þétt að fæti hennar

Es war kaum Platz, um den Mund aufzumachen

það var varla pláss til að opna munninn

aber schließlich gelang es ihr, den Mund aufzumachen

en henni tókst loksins að opna munninn

und sie schluckte einen Bissen von dem linken Stück

og hún gleypti bita af vinstra bitanum

»mein Kopf ist endlich frei!« sagte Alice

"Loksins er búið að losa höfuðið á mér!" sagði Alice

Sie blickte an sich herunter

Hún leit niður á sjálfa sig

aber alles, was sie sehen konnte, war ein ungeheurer Hals

en það eina sem hún sá var gríðarlega langur háls

Ihr Hals schien sich wie ein Stiel zu erheben

Háls hennar virtist rísa eins og stöngull

Und sie blickte auf ein Meer von grünen Blättern hinab

og hún leit niður yfir haf af grænum laufum

"Wo sind meine Schultern geblieben?"

"Hvert eru axlir mínar komnar?"

»Und ach, meine armen Hände, wie kommt es, daß ich euch
nicht sehen kann?«

"Og ó, aumingja hendurnar mínar, hvernig stendur á því að ég
sé þig ekki?"

Aber ihr Hals hatte einen Vorteil

en hálsinn hafði einn ávinning
**Sie konnte ihren Kopf in jede Richtung bewegen**
hún gat hreyft höfuðið í hvaða átt sem er
**Tatsächlich war sie wie eine Schlange**
í raun var hún alveg eins og höggormur
**Sie senkte anmutig ihren Kopf im Zickzack**
Hún sikksakkaði höfðinu þokkalega niður
**Und sie bewegte ihren Kopf durch die Bäume**
og hún hreyfði höfuðið milli trjánna
**Aber dann hörte sie ein scharfes Zischen**
en þá heyrði hún snöggt hvæs
**Und sie zog schnell den Kopf zurück**
og hún dró höfuðið snöggt aftur
**Eine große Taube war ihr ins Gesicht geflogen**
Stór dúfa hafði flogið í andlit hennar
**und die Taube fuhr mit den Flügeln heftig zusammen**
og dúfan var harkalega með vængina

»Schlange!« rief die Taube

"Höggormur!" hrópaði dúfan

**"Ich bin keine Schlange!" sagte Alice entrüstet**

"Ég er ekki höggormur!" sagði Alice reið

**"Laß mich in Ruhe!"**

"Láttu mig í friði!"

**"Ich habe die Wurzeln von Bäumen ausprobiert"**

"Ég hef prófað rætur trjáa"

**"Und ich habe es mit Hecken versucht", fuhr die Taube fort**

"og ég hef prófað limgerði," hélt dúfan áfram

»**Aber diese Schlangen! Man kann es ihnen nicht recht machen!"**

"En þessir höggormar! Það er ekkert að þóknast þeim!"

**Alice war immer verwirrter**

Alice varð meira og meira undrandi

**"Als ob es nicht schon Mühe genug wäre, die Eier auszubrüten!" sagte die Taube**

"Eins og það væri ekki nógu mikið vesen að klekja út eggjunum," sagði dúfan

**"Tag und Nacht muss ich mich auch vor Schlangen in Acht nehmen!"**

"Nótt og dag verð ég líka að passa mig á höggormum!"

**"Ich hatte gerade den höchsten Baum im Wald gefunden"**

"Ég var nýbúinn að finna hæsta tréð í skóginum"

**"Wäre ich hier sicher frei von Schlangen?"**

"Ætli ég væri laus við höggorma hér?"

**"Und heraus kommt eine Schlange vom Himmel!"**

"Og út kemur höggormur af himni!"

**"Aber ich bin keine Schlange, sage ich dir!" sagte Alice**

"En ég er ekki höggormur, segi ég þér!" sagði Alice

**"Ich bin ein... Ich bin ein... Ich bin ein kleines Mädchen«, fügte sie etwas zweifelnd hinzu**

"Ég er... Ég er... Ég er lítil stelpa," bætti hún við frekar efasemdarlega

**Schließlich hatte sie viele Veränderungen durchgemacht**

Hún hafði jú verið að ganga í gegnum miklar breytingar

**"Du suchst Eier!" sagte die Taube**

"Þú ert að leita að eggjum," sagði dúfan

**"Das weiß ich mit Sicherheit"**

"Ég veit það fyrir víst"

**"Und was macht es aus, ob du ein kleines Mädchen oder eine Schlange bist?"**

"Og hvaða máli skiptir það hvort þú ert lítil stelpa eða höggormur?"

**»Es liegt mir sehr viel daran,« sagte Alice hastig**

"Það skiptir mig miklu máli," sagði Alice í flýti

**"Aber ich bin nicht auf der Suche nach Eiern, wie es der Zufall will"**

"en ég er ekki að leita að eggjum, eins og það gerist"

**"Und ich würde deine Eier sowieso nicht wollen"**

"og ég myndi hvort sem er ekki vilja eggin þín"

**"Ich mag meine Eier nicht roh"**

"Mér líkar ekki við eggin mín hrá"

**»Nun, dann fort!« sagte die Taube in mürrischem Tone**

"Jæja, farðu þá!" sagði dúfan fúl

**und die Taube ließ sich wieder in ihrem Nest nieder**

og dúfan settist aftur niður í hreiður sitt

**Alice kauerte sich zwischen die Bäume, so gut sie konnte**

Alice hneig niður á milli trjánna eins vel og hún gat

**Ihr Hals verfing sich immer wieder zwischen den Ästen**

Hálsinn á henni flæktist stöðugt á milli greinanna

**Hin und wieder musste sie anhalten und ihren Hals aufdrehen**

Öðru hvoru þurfti hún að stoppa og snúa hálsinum

**Nach einer Weile erinnerte sie sich an den Pilz**

Eftir smá stund mundi hún eftir sveppnum

**Sie hielt die Pilzstücke noch immer in ihren Händen**

hún hélt enn á sveppabitunum í höndunum

**Und sie machte sich sehr vorsichtig an die Arbeit**

og hún hófst handa mjög varlega

**Zuerst knabberte sie an einem Stück**

fyrst nartaði hún í eitt stykki

**Und dann knabberte sie an dem anderen Stück**

og svo nartaði hún í hitt stykkið

**Manchmal wurde sie größer**
stundum varð hún hærri
**und manchmal wurde sie kleiner**
og stundum varð hún styttri
**Aber schließlich erreichte sie ihre übliche Größe**
en loksins náði hún sinni venjulegu hæð
**Sie war schon seit einiger Zeit nicht mehr so groß wie sie selbst**
hún hafði ekki verið á sinni eigin hæð í nokkurn tíma
**So fühlte sich alles eine Zeit lang seltsam an**
Þannig að allt var undarlegt um stund
**"Das nächste, was zu tun ist, ist, in diesen schönen Garten zu gehen"**
"Það næsta sem þarf að gera er að fara inn í fallega garðinn"
**»wie soll man das machen?«**
"hvernig á að gera það, velti ég fyrir mér?"
**Während sie dies sagte, stieß sie auf einen offenen Platz**
Þegar hún sagði þetta kom hún að opnum stað
**Da war ein kleines Haus, etwas höher als einen Meter**
það var lítið hús, aðeins hærra en metri
**"Ich frage mich, wer in diesem kleinen Haus wohnt"**
"Ég velti því fyrir mér hver býr í þessu litla húsi"
**"So groß wie ich bin, kann ich sicher nicht reingehen"**
"Ég get svo sannarlega ekki farið inn eins stór og ég er"
**"Ich würde sie fürchterlich erschrecken!"**
"Ég myndi hræða þá hræðilega!"
**Also knabberte sie wieder an dem kleinen Pilz**
svo hún nartaði aftur í litla sveppinn
**Und bald brachte sie sich dreißig Zentimeter tief**
og brátt kom hún sér niður þrjátíu sentímetra

## Ein Schwein und etwas Pfeffer

Svín og smá pipar

**Ein oder zwei Minuten lang stand sie da und betrachtete das Haus**

Í eina eða tvær mínútur stóð hún og horfði á húsið

**Plötzlich kam ein Lakai aus dem Walde gerannt**

Skyndilega kom fótgöngumaður hlaupandi út úr skóginum

**Er trug eine spezielle Livree-Uniform**

hann var í sérstökum einkennisbúningi

**Seinem Gesicht nach zu urteilen, hätte sie ihn einen Fisch genannt**

Af andliti hans að dæma hefði hún kallað hann fisk

**und er klopfte laut mit den Fingerknöcheln an die Tür**

og hann bankaði hátt á dyrnar með hnúunum

**Die Tür wurde von einem anderen Lakaien geöffnet**

Annar fótgöngumaður opnaði dyrnar

**Auch dieser Lakai trug eine besondere Livree**

Þessi fótgangandi var líka í sérstökum klæðnaði

**Dieser Lakai hatte ein rundes Gesicht und große Augen wie ein Frosch**

Þessi fótgangandi var með kringlótt andlit og stór augu eins og froskur

**Der Lakai, der wie ein Fisch aussah, leitete die Zeremonie
ein**
Fótgangandi maðurinn sem leit út eins og fiskur hóf athöfnina
**Er zog etwas unter seinem Arm hervor**
Hann dró eitthvað undan handleggnum á sér
**Und er zog unter seinem Arm einen Umschlag hervor**
og hann dró umslag undan hendi sér
**und diesen Umschlag übergab er dem andern Lakaien**
Og þetta umslag rétti hann hinum fótgöngumanninum
**In zeremoniellem Tone teilte er ihm die Befehle mit**
í hátíðlegum tón sagði hann honum skipanirnar
**"Diese Botschaft ist für die Herzogin"**
"Þessi skilaboð eru til hertogaynjunnar"
**"Eine Einladung der Königin zum Krocketspielen"**
"Boð frá drottningunni um að spila á krikket"
**Der Lakai, der wie ein Frosch aussah, wiederholte den
Befehl**
Fótgöngumaðurinn sem leit út eins og froskur endurtók
skipunina
**"Von der Königin"**
"Frá drottningunni"
**"Eine Einladung"**
"boð"
**"für die Herzogin"**
"fyrir hertogaynjuna"
**"Krocket spielen"**
"Að spila krikket"
**Dann verbeugten sie sich beide tief**
Þá hneigðu þeir sig báðir lágt
**und die Locken in ihren Perücken verwickelten sich
ineinander**
og krullurnar í hárkollunum þeirra flæktust saman
**Bald war der Lakai, der wie ein Fisch aussah, verschwunden**
Brátt var fótgangandi maðurinn, sem leit út eins og fiskur,
horfinn
**Aber der Lakai, der wie ein Frosch aussah, war immer noch
da**

En fótgöngumaðurinn, sem leit út eins og froskur, var þar enn

**Er saß auf dem Boden in der Nähe der Tür**

Hann sat á jörðinni nálægt dyrunum

**Er starrte dumm in den Himmel**

hann starði heimskulega upp í himininn

**Alice ging schüchtern zur Tür und klopfte**

Alice gekk feimnislega upp að dyrunum og bankaði

**»Es hat keinen Zweck, anzuklopfen,« sagte der Lakai**

"Það þýðir ekkert að banka," sagði fótgangandi

**"Und das aus zwei Gründen"**

"Og það er af tveimur ástæðum"

**"Erstens, weil ich auf der gleichen Seite der Tür stehe wie du"**

"Í fyrsta lagi vegna þess að ég er sömu megin við dyrnar og þú"

**"Zweitens, weil sie drinnen so viel Lärm machen"**

"Í öðru lagi vegna þess að þeir eru að gera svo mikinn hávaða inni"

**"Niemand könnte dich hören"**

"enginn heyrði í þér"

**Und es war gewiß ein höchst merkwürdiger Lärm im Innern**

Og það var vissulega ótrúlegur hávaði í gangi innra með okkur

**ein ständiges Heulen und Niesen**

stöðugt væl og hnerra

**und ab und zu ein Geräusch von großem Krachen**

og öðru hvoru heyrist mikið brak

**als ob eine Schüssel oder ein Wasserkocher in Stücke zerbrochen wäre**

eins og diskur eða ketill hafi verið brotinn í sundur

**"Wie soll ich da reinkommen?" fragte Alice**

"Hvernig á ég að komast inn?" spurði Alice

**»Wollen Sie überhaupt hineinkommen?« fragte der Lakai**

"Ættirðu að komast inn?" sagði fótgangandi

**"Das ist die erste Frage, weißt du"**

"Það er fyrsta spurningin, veistu"

**Alice öffnete die Tür und trat ein**

Alice opnaði dyrnar og fór inn
**Die Tür führte direkt in eine große Küche**
Hurðin leiddi beint inn í stórt eldhús
**Die Küche war von einem Ende bis zum anderen voller Rauch**
eldhúsið var fullt af reyk frá einum enda til annars
**in der Mitte der Küche saß die Herzogin**
í miðju eldhúsinu var hertogaynjan
**Sie saß auf einem dreibeinigen Hocker**
hún sat á þrífættum kolli
**und sie stillte ein Baby**
og hún var með barn á brjósti
**Die Köchin beugte sich über das Feuer**
kokkurinn hallaði sér yfir eldinn
**Er rührte einen großen Kessel**
hann var að hræra í stórum köllri
**und der Kessel schien mit Suppe gefüllt zu sein**
og caldron virtist vera full af súpu
**"Da ist sicher zu viel Pfeffer drin!" sagte Alice zu sich selbst**
"Það er vissulega of mikill pipar í súpunni!" sagði Alice við sjálfa sig
**Sie sagte es, so gut sie konnte, ohne zu niesen**
Hún sagði það eins vel og hún gat án þess að hnerra
**Sogar die Herzogin nieste gelegentlich**
Meira að segja hertogaynjan hnerraði af og til
**Aber die Handlungen des Babys waren am bemerkenswertesten**
en gjörðir barnsins voru eftirtektarverðastar
**Das Baby nieste und heulte abwechselnd**
barnið hnerraði og grenjaði til skiptis
**Es gab keinen Augenblick Pause zwischen Heulen und Niesen**
Það var ekki augnabliks hlé á milli væls og hnerra
**Es gab zwei Kreaturen in der Küche, die nicht niesten**
Það voru tvær verur í eldhúsinu sem hnerruðu ekki
**Die Köchin war zu beschäftigt, um zu niesen**
kokkurinn var of upptekinn til að hnerra

**Und die große Katze schien sich nicht an dem Pfeffer zu stören**
og stóri kötturinn virtist ekki hafa neitt á móti piprinni
**Stattdessen grinste die große Katze von einem Ohr zum anderen**
í staðinn glotti stóri kötturinn frá eyra til eyra
**»Bitte, würdest du es mir sagen,« sagte Alice ein wenig schüchtern**
"Viltu segja mér það," sagði Alice dálítið feimnislega
**"Warum grinst deine Katze so?"**
"Af hverju glottir kötturinn þinn svona?"
**»Es ist eine Cheshire-Katze,« sagte die Herzogin**
"Þetta er Cheshire-köttur," sagði hertogaynjan
**"Und deshalb grinst er von Ohr zu Ohr"**
"Og þess vegna glottir hann frá eyra til eyra"
**"Ich wusste nicht, dass eine Cheshire-Katze immer grinst"**
"Ég vissi ekki að Cheshire-köttur glotti alltaf"
**"Eigentlich wusste ich nicht, dass Katzen grinsen können",
sagte Alice**
"reyndar vissi ég ekki að kettir gætu glott," sagði Alice
**»Es gibt vieles, was Sie nicht wissen,« sagte die Herzogin**
"það er margt sem þú veist ekki," sagði hertogaynjan
**"Es gibt vieles, was man nicht weiß, und das ist eine Tatsache"**
"Það er margt sem þú veist ekki og það er staðreynd"
**In diesem Augenblick nahm die Köchin den Kessel mit der Suppe vom Feuer**
Í sömu andrá tók kokkurinn súpupottinn af eldinum
**Und sogleich fing sie an, alles in ihre Reichweite zu werfen**
og um leið byrjaði hún að kasta öllu sem hún náði til
**sie warf alles, was sie konnte, auf die Herzogin und das Baby**
hún kastaði öllu sem hún gat í hertogaynjuna og barnið
**Zuerst warf sie die Feuereisen**
fyrst kastaði hún eldjárnunum
**Dann warf sie eine Handvoll Töpfe**
síðan kastaði hún handfylli af pottum

**und schließlich warf sie die Teller und Schüsseln**
og loks henti hún diskunum og diskunum
**Die Herzogin nahm keine Notiz von ihr**
Hertogaynjan tók ekki mark á henni
**Selbst als sie von einem Teller getroffen wurde, machte sie sich keine Sorgen**
jafnvel þegar hún var lamin af plötu hafði hún ekki áhyggjur
**Das Baby heulte schon so viel**
barnið grenjaði nú þegar svo mikið
**Es war also unmöglich zu sagen, ob die Schläge das Baby verletzt haben oder nicht**
svo það var ómögulegt að segja til um hvort höggin meiddu barnið eða ekki
**"Oh, gib bitte acht, was du tust!" rief Alice**
"Ó, vinsamlegast hafðu í huga hvað þú ert að gera!" hrópaði Alice
**und sie sprang in Todesangst des Entsetzens auf und ab**
og hún stökk upp og niður af skelfingu
**die Herzogin bot Alice das Baby an**
hertogaynjan bauð Alice barnið
**»Hier! Du kannst das Kind ein wenig stillen, wenn du willst!«**
"Hérna! Þú mátt gefa barninu aðeins á brjósti, ef þú vilt!"
**Und sie schleuderte das Kind nach ihr, während sie sprach**
og hún fleygði barninu til sín um leið og hún talaði
**"Ich muss gehen und mich darauf vorbereiten, mit der Königin Krocket zu spielen"**
"Ég verð að fara og gera mig tilbúinn til að spila krikket við drottninguna"
**und sie eilte aus dem Zimmer**
og hún flýtti sér út úr herberginu
**Alice fing das Baby mit einiger Mühe auf**
Alice náði barninu með nokkrum erfiðleikum
**weil es ein sehr seltsam geformtes kleines Wesen war**
vegna þess að þetta var mjög skrýtin lítil skepna
**Und das Kind streckte seine Arme und Beine nach allen Richtungen aus**

og barnið rétti út handleggi og fætur í allar áttir
**"Das Kind nehme ich lieber mit!" dachte Alice**
"Það er best að ég taki þetta barn með mér," hugsaði Alice
**"Sie werden dieses Baby sicher in ein oder zwei Tagen töten"**
"Þeir munu örugglega drepa þetta barn eftir einn eða tvo daga"
**"Wäre es nicht Mord, dieses Baby zurückzulassen?"**
"Væri það ekki morð að skilja þetta barn eftir?"
**Sie sprach die letzten Worte laut aus**
Hún sagði síðustu orðin upphátt
**Und das kleine Ding grunzte als Antwort**
og litli hluturinn nöldraði til svars
**"Du verwandelst dich am besten nicht in ein Schwein, meine Liebe!" sagte Alice**
"Það er best að þú breytist ekki í svín, elskan mín," sagði Alice
**"sonst habe ich nichts mehr mit dir zu tun"**
"annars hef ég ekkert meira með þig að gera"
**Alice fing eben an, bei sich selbst zu denken:**
Alice var rétt að byrja að hugsa með sér:
**»Nun, was soll ich mit diesem Geschöpf anfangen, wenn ich es nach Hause bringe?«**
"Nú, hvað á ég að gera við þessa skepnu, þegar ég fæ hana heim?"
**Aber dann grunzte das kleine Geschöpf ein wenig heftig**
en þá nöldraði litla skepnan svolítið kröftuglega
**und Alice sah ihm erschrocken ins Gesicht**
og Alice leit skelfingu lostin niður í andlit hennar
**Diesmal konnte es keinen Irrtum geben**
Að þessu sinni gat ekki verið um það að fara á milli mála
**Es war nicht mehr und nicht weniger als ein Schwein**
það var hvorki meira né minna en svín
**Da setzte sie das kleine Geschöpf ab**
svo hún setti litlu skepnuna niður
**und das kleine Geschöpf trabte leise in den Wald hinein**
og litla skepnan brokkaði hljóðlega inn í skóginn
**Alice war ziemlich erleichtert, als sie die Kreatur**

verschwinden sah

Alice var mjög létt að sjá veruna fara

**Alice erschrak ein wenig, als sie die Cheshire-Katze sah**

Alice varð svolítið hissa við að sjá Cheshire-köttinn

**Er saß auf einem Ast eines Baumes, ein paar Meter entfernt**

það sat á trjágrein nokkrum metrum í burtu

**Die Katze grinste nur, als sie sie sah**

Kötturinn glotti aðeins þegar hann sá hana

**»Cheshire-Katze,« begann Alice etwas schüchtern**

"Cheshire-köttur," byrjaði Alice heldur feimnislega

**»Würden Sie mir bitte sagen, welchen Weg ich von hier aus einschlagen soll?«**

"Viltu vinsamlegast segja mér hvaða leið ég ætti að fara héðan?"

**"In diese Richtung", sagte die Katze**

"Í þá átt," sagði kötturinn

**Und er fuchtelte mit der rechten Pfote herum**

og það veifaði hægri loppunni

**"In dieser Richtung lebt ein Hutmacher"**

"Í þá átt býr hattasmiður"

**Und dann winkte die Katze mit der anderen Pfote**

og svo veifaði kötturinn hinni loppunni

**"Und in dieser Richtung wohnt ein Märzhase"**

"og í þá átt býr héri"

**»Besuchen Sie, wen Sie wollen; Sie sind beide verrückt"**

"Komdu í heimsókn hvort sem þú vilt; þeir eru báðir brjálaðir"

**»Aber ich will nicht unter Verrückte gehen«, bemerkte Alice**

"En ég vil ekki fara meðal vitlausra," sagði Alice

**"Ach, dafür kannst du nicht helfen!" sagte die Katze**

"Ó, þú getur ekki annað," sagði kötturinn

**"Wir sind alle verrückt hier"**

"Við erum öll brjáluð hérna"

**"Spielst du heute Krocket mit der Queen?"**

"Ertu að spila krikket við drottninguna í dag?"

**"Das würde ich sehr gerne!" sagte Alice**

"Mig langar mjög mikið," sagði Alice

**"aber ich bin noch nicht eingeladen worden"**

"en mér hefur ekki verið boðið ennþá"

**"Du wirst mich dort sehen!" sagte die Katze**

"Þú sérð mig þarna," sagði kötturinn

**Und von einem Augenblick auf den anderen verschwand die Katze**

og frá einu augnabliki til annars hvarf kötturinn

**bald kam Alice in Sichtweite des Hauses des Märzhasen**

fljótlega kom Alice auga á hús harans

**Das war ein sehr großes Haus**

Þetta var mjög stórt hús

**Alice wollte also nicht in die Nähe des Hauses gehen**

svo Alice vildi ekki fara nálægt húsinu

**Zuerst musste sie noch etwas von dem linken Stück Pilz knabbern**

fyrst þurfti hún að narta meira af sveppnum vinstra megin

## Eine verrückte Teeparty
brjálað teboð

**Vor dem Haus stand ein Baum**
Fyrir framan húsið var tré
**Und unter dem Baum stand ein Tisch**
og undir trénu var borð
**und der Tisch war mit allerlei Besteck gedeckt**
og borðið var dekkað með alls kyns hnífapörum
**Der Märzhase und der Hutmacher saßen bei Tisch**
Hérinn og hattasmiðurinn voru við borðið
**und zusammen tranken sie Tee**
og saman voru þeir að drekka te
**Ein Siebenschläfer saß zwischen ihnen**
svefnmús sat á milli þeirra
**und der Siebenschläfer schlief fest**
Og svefnmúsin var sofnuð
**Der Tisch war von außergewöhnlicher Größe**
Borðið var óvenju stórt
**Aber der größte Teil des Tisches war unbesetzt**
en megnið af borðinu var mannlaust
**Sie saßen dicht gedrängt an einer Ecke des Tisches**
Þau sátu þétt saman í einu horni borðsins
**und doch entschuldigten sie sich, als sie Alice sahen**
og samt afsakuðu þau sig þegar þau sáu Alice
**»Kein Platz! Kein Platz!« schrien sie**
"Ekkert pláss! Ekkert pláss!" hrópuðu þeir
**»Es ist viel Platz!« sagte Alice entrüstet**
"Það er nóg pláss!" sagði Alice reið
**An einem Ende des Tisches stand ein großer Sessel**
Við annan enda borðsins var stór hægindastóll
**und Alice setzte sich in den Sessel**
og Alice settist í hægindastólinn
**Der Hutmacher riss die Augen weit auf**
hattasmiðurinn opnaði augun mjög opin
**Er konnte nicht glauben, was er da sah**
Hann trúði ekki því sem hann sá
**aber sein Geist war neugierig auf andere Dinge**

en hugur hans var forvitinn um aðra hluti
**»Warum ist ein Rabe wie ein Schreibtisch?«**
"Af hverju er hrafn eins og skrifborð?"
**Alice war offen für die Herausforderung**
Alice var opin fyrir áskoruninni
**"Ich bin froh, dass sie angefangen haben, Rätsel zu stellen"**
"Ég er ánægður með að þeir eru farnir að spyrja gáta"
**»Ich glaube, das kann ich erraten«, fügte sie laut hinzu**
"Ég held að ég geti giskað á það," bætti hún við upphátt
**Der Märzhase wurde neugierig auf Alice**
Hérinn varð forvitinn um Alice
**"Glaubst du wirklich, dass du die Antwort finden kannst?"**
"Heldurðu virkilega að þú getir fundið svarið?"
**»Ich glaube, ich kann die Antwort finden,« sagte Alice**
"Ég held að ég geti fundið svarið," sagði Alice
**»Dann sollst du sagen, was du meinst,« fuhr der Märzhase fort**
"Þá ættirðu að segja það sem þú meinar," hélt hérinn áfram
**»Ich sage, was ich meine,« erwiderte Alice hastig**
"Ég segi það sem ég meina," svaraði Alice í flýti
**"Zumindest meine ich ernst, was ich sage"**
"að minnsta kosti meina ég það sem ég segi"
**"Das ist dasselbe, weißt du"**
"Það er sami hluturinn, þú veist"
**Auch der Siebenschläfer trug zu dem Gespräch bei**
Svefnmúsin lagði einnig sitt af mörkum til samtalsins
**Aber der Siebenschläfer schien im Schlaf zu sprechen**
en svefnmúsin virtist tala í svefni
**"Ich atme, wenn ich schlafe"**
"Ég anda þegar ég sef"
**"Ich schlafe, wenn ich atme!"**
"Ég sef þegar ég anda!"
**"Man könnte genauso gut sagen, dass sie auch gleich sind"**
"Þú gætir alveg eins sagt að þeir séu eins líka"
**"So ist es auch bei dir!" sagte der Hutmacher**
"Það er það sama með þig," sagði hattasmiðurinn
**und er goß ein wenig Tee über die Nase des Siebenschläfers**

og hann hellti dálitlu tei á nefið á svefnmúsinni
**Das Murmelthier schüttelte ungeduldig den Kopf**
Svefnmúsin hristi höfuðið óþolinmóð
**Und wieder sprach das Murmelmaus, ohne die Augen zu öffnen**
og aftur talaði svefnmúsin án þess að opna augun
**"Natürlich, natürlich ist es dasselbe"**
"Auðvitað, auðvitað er það það sama"
**"Das wollte ich ja auch sagen"**
"Það var bara það sem ég ætlaði að segja sjálfur"

**Der Hutmacher wandte sich an Alice und stellte eine weitere Frage**
Hattasmiðurinn sneri sér að Alice og spurði annarrar spurningar
**"Hast du das Rätsel schon erraten?"**
"Hefurðu giskað á gátuna ennþá?"
**"Nein, ich gebe auf", gab Alice zu**
"Nei, ég gefst upp," viðurkenndi Alice

"Was ist die Antwort?", wollte sie wissen

"Hvert er svarið?" vildi hún vita

»Ich habe nicht die geringste Ahnung,« sagte der Hutmacher

"Ég hef ekki minnstu hugmynd," sagði hattasmiðurinn

"Ich weiß es auch nicht!" sagte der Märzhase

"Ég veit það ekki heldur," sagði hérinn

Alice stieß einen müden Seufzer aus

Alice andvarpaði þreytulega

"Es gibt eine bessere Nutzung der Zeit als Rätsel ohne Antworten"

"Það er til betri nýting tímans en gátur án svara"

»Trinken Sie noch etwas Tee,« sagte der Märzhase sehr ernst zu Alice

"Fáðu þér meira te," sagði hérinn við Alice mjög einlæglega

Alice war ziemlich beleidigt über das Angebot

Alice var mjög móðguð yfir tilboðinu

»Ich habe noch keinen Tee getrunken,« erwiderte Alice

"Ég hef ekki fengið mér te ennþá," svaraði Alice

"Deshalb kann ich keinen Tee mehr trinken"

"þess vegna get ég ekki fengið meira te"

»Du meinst, weniger Tee kannst du nicht haben«, sagte der Hutmacher

"Þú meinar að þú getir ekki fengið minna te," sagði hattasmiðurinn

"Es ist sehr einfach, mehr als nichts zu nehmen"

"Það er mjög auðvelt að taka meira en ekkert"

Bei diesen Worten erhob sich Alice und ging fort

Við þetta stóð Alice upp og gekk í burtu

Der Siebenschläfer schlief augenblicklich ein

Svefnmúsin sofnaði samstundis

und keiner der andern nahm die geringste Notiz davon, daß sie ging

og hvorugur hinna gaf minnstu gaum að hún færi

obwohl sie ein- oder zweimal zurückblickte

þó hún líti til baka einu sinni eða tvisvar

Sie versuchten, den Siebenschläfer in die Teekanne zu stecken

þeir voru að reyna að stinga svefnmúsinni í tekönnuna

**"Jedenfalls werde ich nie wieder dorthin gehen!" sagte Alice**

"Ég fer allavega aldrei þangað aftur!" sagði Alice

**Und sie ging ihren Weg durch den Wald**

og hún gekk leið sína í gegnum skóginn

**"Das war die dümmste Teeparty, auf der ich je war"**

"þetta var heimskulegasta teboð sem ég hef farið í"

**Gerade als sie das sagte, bemerkte sie etwas**

Rétt þegar hún sagði þetta tók hún eftir einhverju

**Einer der Bäume hatte eine Tür, die direkt hineinführte**

eitt trénna var með hurð sem leiddi beint inn í það

**»Das ist sehr interessant!« dachte sie**

"Það er mjög áhugavert!" hugsaði hún

**"Ich denke, ich kann genauso gut durch die Tür gehen"**

"Ég held að ég geti alveg eins farið inn um dyrnar"

**Und durch die Tür ging sie**

Og inn um dyrnar gekk hún

**Wieder befand sie sich in der langen Halle**

Enn einu sinni var hún komin inn í langa salinn

**Wieder stand sie dicht an dem kleinen Glastisch**

aftur var hún nálægt litla glerborðinu

**Sie nahm den kleinen goldenen Schlüssel**

Hún tók litla gulllykilinn

**und sie schloß die Tür auf, die in den Garten führte**

og hún opnaði dyrnar, sem lágu út í garðinn

**Dann machte sie sich daran, an dem Pilz zu knabbern**

Svo hófst hún handa við að narta í sveppinn

**Sie hatte ein Stück des Pilzes in ihrer Tasche aufbewahrt**

Hún hafði geymt stykki af sveppnum í vasanum

**Und schließlich war sie etwa einen Meter groß**

og loks var hún um metri á hæð

**dann ging sie den kleinen Korridor hinunter**

svo gekk hún eftir litla ganginum

**Und dann fand sie sich endlich in dem schönen Garten wieder**

og þá var hún loksins komin í fallega garðinn

**Und sie war zwischen den hellen Blumen und den kühlen**

Springbrunnen
Og hún var meðal bjartra blóma og svalra gosbrunna


### Der Krocketplatz der Königinnen
Krikketvöllur drottningarinnar
**Ein großer Rosenstrauch stand in der Nähe des Eingangs des Gartens**
Stórt rósatré stóð við innganginn til garðsins
**Die Rosen, die an dem Baum wuchsen, waren weiß**
rósirnar sem uxu á trénu voru hvítar
**aber es waren drei Gärtner, die die Rose bemalten**
en það voru þrír garðyrkjumenn að mála rósina
**Sie waren damit beschäftigt, die Rosen rot zu färben**
þeir voru önnum kafnir við að mála rósirnar rauðar
**und Alice sah zu, wie sie die Rosen rot färbten**
og Alice horfði á þá mála rósirnar rauðar
**und plötzlich fielen ihre Augen zufällig auf Alice**
og skyndilega féllu augu þeirra á Alice
**Alice sprach ein wenig schüchtern**
Alice talaði svolítið feimnislega
**»Würden Sie es mir bitte sagen?«**
"Viltu segja mér það, vinsamlegast;"
**"Warum malt ihr alle diese Rosen?"**
"Af hverju eruð þið öll að mála þessar rósir?"
**Fünf und Sieben sagten nichts, sondern sahen zwei an**
fimm og sjö sögðu ekkert, en litu á tvo
**zwei Sprecher, mit leiser Stimme**
tveir töluðu lágt
**»Nun, die Sache ist die, sehen Sie, gnädige Frau.«**
"Staðreyndin er sú, sjáðu til, frú"
**"Das hier hätte ein roter Rosenstrauch sein sollen"**
"þetta hefði átt að vera rautt rósatré"
**"Und wir haben aus Versehen einen weißen Rosenstrauch hineingesetzt"**
"og við settum hvítt rósatré í fyrir mistök"
**"Wie Sie mir zustimmen würden, darf die Königin es nicht herausfinden"**

"Eins og þú ert sammála má drottningin ekki komast að því"
**"Sonst würden wir uns allen die Köpfe abschneiden"**
"annars myndum við öll láta höggva höfuðið af okkur"
**"Sie sehen also, gnädige Frau, wir tun unser Bestes"**
"Svo þú sérð, frú, við erum að gera okkar besta"
**Karte fünf hatte ängstlich über den Garten geschaut**
Spil fimm hafði horft áhyggjufullt yfir garðinn
**In diesem Augenblick rief die fünfte Karte: "Die Königin!
Die Königin!"**
Á þessu augnabliki kallaði á spil fimm: "Drottningin!
Drottningin!"
**und die drei Gärtner eilten augenblicklich davon**
og garðyrkjumennirnir þrír flýttu sér samstundis í burtu
**und sie warfen sich flach auf ihre Gesichter**
og þeir fleygðu sér flötum á andlit sér
**Man hörte das Geräusch vieler Schritte**
Mörg fótatak heyrðust
**Alice sah sich um, begierig darauf, die Königin zu sehen**
Alice leit í kringum sig, spennt að sjá drottninguna
**Am Anfang des Zuges standen zehn Soldaten**
Við upphaf göngunnar voru tíu hermenn
**Ihre Hände und Füße waren in den Ecken**
hendur þeirra og fætur voru í hornum
**und in ihren Händen und Füßen waren Keulen**
og í höndum þeirra og fótum voru kylfur
**Als nächstes kamen die zehn Höflinge**
Næst komu hirðmennirnir tíu
**die Höflinge waren über und über mit Diamanten
geschmückt**
hirðmennirnir voru prýddir demöntum út um allt
**Nach den Höflingen kamen die königlichen Kinder**
Á eftir hirðmönnunum komu konungsbörnin
**Es waren zehn der königlichen Kinder**
Það voru tíu af konunglegu börnunum
**und alle königlichen Kinder waren mit Herzen geschmückt**
og öll konungsbörnin voru prýdd hjörtum
**Dann kamen die Gäste; Meist Könige und Königinnen**

Næst komu gestirnir; aðallega kóngar og drottningar
**und unter den Königen und Königinnen sah Alice jemanden**
og meðal konunganna og drottningar sá Lísa einhvern
**Sie sah wieder das weiße Kaninchen, das sie gejagt hatte**
Hún sá aftur hvítu kanínuna sem hún hafði elt
**Der Prozession folgte der Spitzbube der Herzen**
Göngunni var fylgt hjörtum
**Er trug die Krone des Königs**
hann bar kórónu konungs
**und die Krone des Königs lag auf einem purpurnen Samtkissen**
og kóróna konungs var á rauðum flauelspúða
**Und dann kam das Ende dieser großen Prozession**
og svo lauk þessari miklu skrúðgöngu
**Und da waren am Ende der König und die Königin der Herzen**
og þar í lokin voru konungur og drottning hjartans
**der Zug kam Alice gegenüber**
skrúðgangan kom á móti Alice
**Und alle blieben stehen und sahen sie an**
og þeir stoppuðu allir og litu á hana
**Und die Königin sprach streng: "Wer ist das?"**
Og drottning sagði alvarlega: "Hver er þetta?"
**Sie sagte es zum Herzknaben**
Hún sagði það við hjörtuhnútinn
**aber er verbeugte sich nur und lächelte als Antwort**
en hann hneigði sig bara og brosti til svars
**Alice sprach sehr höflich**
Alice talaði mjög kurteislega
**"Mein Name ist Alice, also bitte, Eure Majestät"**
"Ég heiti Alice, svo þóknast yðar hátign"
**Aber sie hatte andere Gedanken für sich**
en hún hafði aðrar hugsanir út af fyrir sig
**"Es ist doch nur ein Kartenspiel!"**
"Þetta eru jú bara spilapakki!"
**»Kannst du Krocket spielen?« rief die Königin**
"Geturðu spilað krikket?" hrópaði drottningin

**Die Frage war offenbar an Alice gerichtet**

Spurningin var greinilega ætluð Alice

**"Ja!" sagte Alice laut**

"Já!" sagði Alice hátt

**"Komm also spielen!" brüllte die Königin**

"Komdu og leiktu þá!" öskraði drottningin

**sprach eine schüchterne Stimme zu Alice**

huglítil rödd talaði við Alice

**"Es ist ein sehr schöner Tag!"**

"Þetta er mjög góður dagur!"

**Sie ging an dem weißen Kaninchen vorbei**

Hún gekk hjá hvítu kanínunni

**und das weiße Kaninchen guckte ihr ängstlich ins Gesicht**

og hvíta kanínan gægðist áhyggjufull í andlit hennar

**»ein sehr schöner Tag,« bestätigte Alice**

"Sannarlega góður dagur," staðfesti Alice

**»Wo ist die Herzogin?«**

"Hvar er hertogaynjan?"

**»Still! Still!" sagte das Kaninchen**

"Þegi! Þegi!" sagði kanínan

**"Sie ist zum Tode verurteilt"**

"Hún er dæmd til aftöku"

**»Wofür wird sie hingerichtet?« fragte Alice**

"Fyrir hvað er verið að taka hana af lífi?" spurði Alice

**"Sie hat der Königin die Ohren abgewetzt", begann das Kaninchen**

"Hún klóraði eyrun á drottningunni," byrjaði kanínan

**schrie die Königin mit Donnerstimme**

Drottningin hrópaði þrumuröddu

**"Ran an eure Plätze!"**

"Komdu á staðina þína!"

**Und die Leute rannten in alle Richtungen herum**

og fólk tók að hlaupa um í allar áttir

**Und sie fielen alle aneinander**

og þeir hrundu allir hver á móti öðrum

**Sie hatten sich jedoch in ein oder zwei Minuten beruhigt**

Hins vegar náðu þeir að jafna sig á einni eða tveimur

mínútum
**Und dann begann das Spiel**
og þá hófst leikurinn
**Alice hatte noch nie einen so merkwürdigen Krocketplatz
gesehen**
Alice hafði aldrei séð jafn forvitnilegan krikketvöll
**Das Gras bestand nur aus Graten und Furchen**
Grasið var allt hryggir og rófur
**Die Krocketbälle waren echte Igel**
Krikketboltarnir voru alvöru broddgeltir
**und die Schlägel waren echte Flamingos**
og hamrarnir voru alvöru flamingóar
**und die Soldaten standen auf Händen und Füßen**
Og hermennirnir stóðu á höndum og fótum
**weil die Bögen aus ihren Körpern gemacht wurden**
vegna þess að bogarnir voru gerðir úr líkama þeirra
**Die Spieler spielten alle gleichzeitig**
Leikmennirnir spiluðu allir í einu
**Niemand wartete, bis er an der Reihe war**
enginn beið eftir að röðin kæmi að þeim
**und jeder stritt sich mit jedem**
og allir deildu við alla
**und alle kämpften für die Igel**
og allir börðust fyrir broddgeltina
**Bald geriet die Königin in eine wütende Leidenschaft**
Brátt varð drottningin í ofsafenginni ástríðu
**Und sie fing an, herumzustampfen und zu schreien**
og hún byrjaði að stappa um og hrópa
**»Hacken Sie ihm den Kopf ab!«**
"Höggvið höfuðið af honum!"
**"Hack ihr den Kopf ab!"**
"Höggvið höfuðið af henni!"
**"Hackt ihnen alle Köpfe ab!"**
"Höggvið höfuðið af þeim!"
**Wieder dachte Alice bei sich.**
Aftur hugsaði Alice með sjálfri sér
**"Sie lieben es schrecklich, hier Menschen zu enthaupten"**

"Þeir eru hræðilega hrifnir af því að hálshöggva fólk hérna"
**Das große Wunder ist, dass überhaupt noch jemand am Leben ist!"**
"Stóra undrið er að það er einhver eftir á lífi!"
**Sie sah sich nach einem Ausweg um**
Hún var að leita að einhverri undankomuleið
**Sie bemerkte eine merkwürdige Erscheinung in der Luft**
hún tók eftir forvitnilegum svip í loftinu
**»Es ist die Cheshire-Katze,« sagte sie zu sich selbst**
"Þetta er Cheshire-kötturinn," sagði hún við sjálfa sig
**"Jetzt habe ich jemanden, mit dem ich reden kann"**
"nú skal ég hafa einhvern til að tala við"
**"Wie geht es dir?" fragte die Katze**
"Hvernig hefurðu það?" sagði kötturinn
**»Ich glaube nicht, daß sie ganz und gar fair spielen«, sagte Alice**
"Mér finnst þeir alls ekki spila sanngjarnt," sagði Alice
**Und sie hatte einen ziemlich klagenden Ton**
og hún hafði frekar kvartandi tón
**"Sie streiten sich alle so fürchterlich"**
"þeir rífast allir svo hræðilega"
**"Man hört sich selbst nicht sprechen"**
"Maður heyrir ekki sjálfan sig tala"
**"Und sie scheinen sich nicht an irgendwelche Regeln zu halten"**
"Og þeir virðast ekki spila eftir neinum reglum"
**die Katze stellte Alice mit leiser Stimme eine Frage**
kötturinn spurði Alice lágt
**"Wie gefällt dir die Königin?"**
"Hvernig líst þér á drottninguna?"
**»Ich mag sie gar nicht,« sagte Alice**
"Mér líkar alls ekki við hana," sagði Alice

**Alice dachte, sie könnte genauso gut zurückgehen**
Alice hugsaði með sér að hún gæti alveg eins farið til baka
**Sie wollte sehen, wie das Spiel läuft**
Hún vildi sjá hvernig leikurinn gengi
**Sie machte sich auf die Suche nach ihrem Igel**
Hún fór í leit að broddgeltinum sínum
**Der Igel war damit beschäftigt, gegen einen anderen Igel zu kämpfen**
Broddgölturinn var upptekinn við að berjast við annan broddgelt
**Das war eine ausgezeichnete Gelegenheit**
Þetta var frábært tækifæri
**Sie konnte einen Igel mit dem anderen krocketen**
hún gat krikket annan broddgeltinn með hinum
**Aber ihr Flamingo war auf der anderen Seite des Gartens**
en flamingóinn hennar var hinum megin við garðinn
**Der Flamingo war ziemlich tollpatschig**
Flamingóinn var frekar klaufalegur
**Ihr Flamingo versuchte, gegen einen Baum zu fliegen**
Flamingóinn hennar var að reyna að fljúga upp í tré

**Sie packte den Flamingo am Bein**

Hún greip flamingóinn í fótinn

**Und sie schob sich den Flamingo unter den Arm**

og hún stakk flamingónum undir handlegginn

**So konnte der Flamingo nicht mehr entkommen**

Þannig gat flamingóinn ekki sloppið aftur

**In diesem Augenblick traf Alice zufällig die Herzogin**

Einmitt þá hitti Alice hertogaynjuna fyrir tilviljun

**Die Herzogin war nun aus dem Gefängnis entlassen worden**

Hertogaynjan var nú laus úr fangelsi

**Sie schob ihren Arm liebevoll unter Alices Arm**

Hún lagði handlegginn ástúðlega undir handlegg Alice

**Und dann gingen sie zusammen fort**

og síðan gengu þeir burt saman

**Alice war sehr froh, sie in so angenehmer Laune zu finden**

Alice var mjög fegin að finna hana í svona góðu skapi

**Sie erschrak jedoch ein wenig**

Henni var þó svolítið brugðið

**Sie hörte die Stimme der Herzogin dicht an ihrem Ohr**

Hún heyrði rödd hertogaynjunnar nálægt eyra sér

**"Du denkst über etwas nach, meine Liebe"**

"Þú ert að hugsa um eitthvað, elskan mín"

**"Und das lässt dich das Reden vergessen"**

"Og það fær þig til að gleyma að tala"

**»Das Spiel geht jetzt etwas besser«, sagte Alice**

"Leikurinn gengur heldur betur núna," sagði Alice

**Es war eine Möglichkeit, das Gespräch am Laufen zu halten**

það var ein leið til að halda samtalinu gangandi

**»So ist es,« sagte die Herzogin**

"Svo er það," sagði hertogaynjan

**"Und die Moral davon ist folgende."**

"Og boðskapurinn í því er þessi:"

**"Es ist die Liebe, die alles macht!"**

"Það er ástin sem gerir allt!"

**"Liebe ist das, was die Welt bewegt"**

"Ástin er það sem fær heiminn til að snúast"

**Alice hatte eine andere Erklärung**

Alice hafði aðra skýringu
**"Das macht jeder, der sich um seine eigenen
Angelegenheiten kümmert!"**
"Það er gert með því að allir hugsi um sín mál!"
**»Ah, gut! Du könntest Recht haben"**
"Jæja! Þú gætir haft rétt fyrir þér"
**»Es bedeutet alles ziemlich dasselbe,« sagte die Herzogin**
"Þetta þýðir allt það sama," sagði hertogaynjan
**und sie grub ihr spitzes kleines Kinn in Alices Schulter**
og hún gróf beitta litla hökuna sína í öxlina á Alice
**"Und die Moral davon ist folgende"**
"Og boðskapurinn í því er þessi"
**"Kümmere dich um die Sinne"**
"Gættu að skilningarvitinu"
**"Und dann erledigen sich die Klänge von selbst"**
"Og þá munu hljóðin sjá um sig sjálf"
**Aber dann fing der Arm der Herzogin an zu zittern**
en þá tók handleggur hertogaynjunnar að skjálfa
**Alice blickte auf und da stand die Königin**
Alice leit upp og þar stóð drottningin
**Die Königin hatte die Arme verschränkt**
drottningin var með krosslagða hendur
**Und sie runzelte die Stirn wie ein Gewitter!**
og hún gretti sig eins og þrumuveður!
**»Ich warne dich!« schrie die Königin**
"Ég gef þér sanngjarna viðvörun," hrópaði drottningin
**Und sie stampfte auf den Boden, während sie sprach**
og hún stappaði á jörðina meðan hún talaði
**"Entweder dein Kopf oder ihr Kopf muss ausgeschaltet sein"**
"annað hvort verður höfuðið á þér eða höfðinu að vera af"
**"Treffen Sie Ihre Wahl!"**
"Taktu þitt val!"
**"Und beeilen Sie sich"**
"og vertu fljótur að því"
**Die Herzogin traf ihre Wahl**
Hertogaynjan tók ákvörðun sína
**und in einem Augenblick war die Herzogin verschwunden**

og innan skamms var hertogaynjan farin
**Da sprach die Königin zu Alice**
Þá talaði drottningin við Lísu
**"Weiter geht's mit dem Spiel"**
"Höldum áfram með leikinn"
**Alice war zu erschrocken, um ein Wort zu sagen**
Alice var of hrædd til að segja orð
**und langsam folgte sie ihrem Rücken zum Krocketplatz**
og hún fylgdi henni hægt aftur að krikketvellinum
**Die ganze Zeit stritt sich die Dame mit den anderen Spielern**
allan tímann rifist drottningin við hina leikmennina
**»Hacken Sie ihm den Kopf ab!«**
"Höggvið höfuðið af honum!"
**"Hack ihr den Kopf ab!"**
"Höggvið höfuðið af henni!"
**"Hackt ihnen alle Köpfe ab!"**
"Höggvið höfuðið af þeim!"
**Bald waren alle Spieler in Gewahrsam**
Fljótlega voru allir leikmennirnir í haldi
**nur der König, die Königin und Alice blieben zurück**
aðeins konungurinn, drottningin og Lísa voru eftir
**Da ging die Königin, ganz außer Atem**
Þá fór drottningin, alveg andlaus
**und sie ging mit Alice fort**
og hún gekk í burtu með Alice
**Alice hörte, wie der König leise etwas sagte**
Alice heyrði konunginn segja eitthvað hljóðlega
**"Ihr seid alle begnadigt"**
"Þið eruð öll fyrirgefin"
**aber plötzlich hörte man einen neuen Schrei**
en skyndilega heyrðist annað hróp
**"Der Prozess beginnt!"**
"Réttarhöldin eru að hefjast!"
**und Alice lief mit den andern**
og Alice hljóp með hinum

**Wer hat die Torten gestohlen?**

Hver stal tertunum?

**Der Herzkönig und die Herzkönigin saßen**

Konungur og hjartadrottning sátu

**sie saßen auf ihrem Thron, als Alice ankam**

þau voru í hásæti sínu þegar Alice kom

**Eine große Menschenmenge war um sie herum versammelt**

Mikill mannfjöldi safnaðist saman í kringum þá

**Es gab allerlei kleine Vögel und Bestien**

þar voru alls konar smáfuglar og skepnur

**Und da war das ganze Kartenspiel**

og þarna var allur spilapakkinn

**Der Spitzbube stand in Ketten vor ihnen**

Knáinn stóð fyrir framan þá, í fjötrum

**und auf jeder Seite war ein Soldat, der ihn bewachte**

og hermaður var á hvorri hlið til að gæta hans

**in der Nähe des Königs war das weiße Kaninchen**

hjá konunginum var hvíta kanínan

**Er hatte eine Trompete in der einen Hand**

hann var með lúðra í annarri hendi

**Und in der andern Hand hielt er eine Pergamentrolle**

og hann hafði bókrollu af skinni í hinni hendinni

**In der Mitte des Platzes stand ein Tisch**

Á miðjum vellinum var borð

**Auf dem Tisch stand eine große Schüssel mit Torten**

Á borðinu var stór skál með tertum

**"Ich wünschte, sie würden den Prozess zu Ende bringen",
dachte Alice**

"Ég vildi að þeir myndu klára réttarhöldin," hugsaði Alice

**"Dann könnten wir etwas von diesen Erfrischungen essen!"**

"Þá gætum við borðað eitthvað af þessum veitingum!"

**Der Richter war übrigens der König**
Dómarinn var konungurinn
**und er trug seine Krone über seiner großen Perücke**
og hann bar kórónu sína yfir hárkollunni miklu
**»Das ist die Loge der Geschworenen!« dachte Alice**
"Það er kviðdómurinn," hugsaði Alice
**"Und diese zwölf Geschöpfe, ich nehme an, sie sind die Geschworenen"**
"og þessar tólf skepnur, ég geri ráð fyrir að þær séu kviðdómendurnir"
**einige waren Tiere, andere waren Vögel**
sumir voru dýr og sumir fuglar
**In diesem Augenblick schrie das weiße Kaninchen auf**
Einmitt þá hrópaði hvíta kanínan
**"Schweigen im Gericht!"**
"Þögn í dómstólnum!"

»Herold, lesen Sie die Anklage!« sagte der König

"Heraldi, lestu ákæruna!" sagði konungur

**Das weiße Kaninchen blies drei Stöße auf die Trompete**

Hvíta kanínan blés þrjú högg á lúðurinn

**dann entrollte er die Pergamentrolle**

Síðan rúllaði hann upp pergamentbókrollunni

**Und er las folgendes:**

og hann las svo:

**"Die Königin der Herzen, sie hat ein paar Torten gebacken."**

"Hjartadrottningin, hún bjó til tertur,"

**"All das tat sie an einem Sommertag"**

"Allt þetta gerði hún á sumardegi"

**"Der Schurke der Herzen, er hat diese Torten gestohlen"**

"Hjörtuhjörtun, hann stal þessum tertum"

**"Und er hat diese Torten weit weg gebracht!"**

"Og hann tók þessar tertur langt í burtu!"

»Rufen Sie den ersten Zeugen,« sagte der König

"Kalla fyrsta vottið," sagði konungur

**und das weiße Kaninchen blies drei Stöße auf die Trompete**

og hvíta kanínan blés þrjú högg á lúðurinn

»Bringt den ersten Zeugen!« rief er

"Komdu með fyrsta vitnið!" kallaði hann

**Der erste Zeuge war der Hutmacher**

Fyrsta vitnið var hattasmiðurinn

**Er kam mit einer Teetasse in der einen Hand herein**

Hann kom inn með tebolla í annarri hendi

**Und in der anderen Hand hatte er ein Stück Brot und Butter**

og hann hafði brauðbita og smjör í hinni hendinni

»Du hättest fertig sein sollen,« sagte der König

"Þú hefðir átt að klára," sagði konungur

**"Wann hast du angefangen?"**

"Hvenær byrjaðir þú?"

**Der Hutmacher schaute sich den Märzhasen an**

Hattasmiðurinn leit á hérann

**Der Märzhase war ihm in den Hof gefolgt**

Hérinn hafði fylgt honum inn í hirðina

**Er war Arm in Arm mit dem Siebenschläfer gegangen**

Hann hafði gengið hönd í hönd með svefnmúsinni
**»Ich glaube, es war der vierzehnte März«, sagte er**
"Fjórtándi mars, held ég að það hafi verið," sagði hann
**»Geben Sie Ihre Aussage,« sagte der König**
"Gefðu vitnisburð þinn," sagði konungur
**"Und sei nicht nervös, sonst lasse ich dich auf der Stelle hinrichten"**
"og ekki vera stressaður, annars læt ég taka þig af lífi á staðnum"
**Das schien den Zeugen überhaupt nicht zu ermutigen**
Þetta virtist alls ekki hvetja vitnið
**Er rutschte immer wieder von einem Fuß auf den anderen**
Hann færði sig stöðugt frá einum fæti til annars
**und er sah die Königin unruhig an**
Og hann leit órólegur á drottninguna
**und in seiner Verwirrung biß er ein großes Stück aus seiner Teetasse**
og í ringulreið sinni beit hann stóran bita úr tebollanum sínum
**Eigentlich wollte er von seinem Brot und seiner Butter beißen**
í raun ætlaði hann að bíta af brauði sínu og smjöri
**In diesem Augenblick fühlte Alice eine sehr merkwürdige Empfindung**
Einmitt á þessu augnabliki fann Alice fyrir mjög forvitnilegri tilfinningu
**Sie fing an, wieder größer zu werden**
hún var farin að stækka aftur
**Der unglückliche Hutmacher ließ seine Teetasse fallen**
Vesalings hattasmiðurinn missti tebollann sinn
**und das Brot und die Butter fielen zu Boden**
og brauðið og smjörið féll til jarðar
**und er fiel auf die Knie**
Og hann féll á kné
**»Ich bin ein armer Mann, Eure Majestät,« begann er**
"Ég er fátækur maður, yðar hátign," byrjaði hann
**»Du bist ein sehr schlechter Redner,« sagte der König**
"Þú ert mjög lélegur ræðumaður," sagði konungur

**»Du darfst gehen,« sagte der König**
"Þú mátt fara," sagði konungur
**und der Hutmacher verließ eilig den Hof**
og hattasmiðurinn yfirgaf hirðina í flýti
**»Rufen Sie den nächsten Zeugen her!« sagte der König**
"Kalla næsta vitni!" sagði konungur
**Der nächste Zeuge war die Köchin der Herzogin**
Næsta vitni var kokkur hertogaynjunnar
**Sie trug die Pfefferdose in der Hand**
Hún bar piparkassann í hendinni
**Und die Leute in der Nähe der Tür fingen auf einmal an zu niesen**
og fólkið nálægt dyrunum tók að hnerra allt í einu
**»Geben Sie Ihre Aussage,« sagte der König**
"Gefðu vitnisburð þinn," sagði konungur
**»Ich will nichts beweisen,« sagte die Köchin**
"Ég skal ekki bera vitni," sagði kokkurinn
**Der König sah das weiße Kaninchen ängstlich an**
Konungurinn horfði áhyggjufullur á hvítu kanínuna
**Und das weiße Kaninchen sprach mit leiser Stimme**
og hvíta kanínan talaði lágri röddu
**"Eure Majestät müssen diesen Zeugen ins Kreuzverhör nehmen"**
"Yðar hátign verður að yfirheyra þetta vitni"
**»Nun, wenn ich muß, so muß ich,« sagte der König**
"Jæja, ef ég þarf, þá verð ég að gera það," sagði konungur
**"Woraus bestehen Torten?"**
"Úr hverju eru tertur?"
**»Torten werden meistens aus Pfeffer gemacht«, sagte die Köchin**
"Tertur eru aðallega úr pipar," sagði kokkurinn
**Einige Minuten lang war der ganze Hof in Verwirrung**
Í nokkrar mínútur var allur völlurinn ringlaður
**Schließlich ließen sie sich alle wieder nieder**
að lokum settust þeir allir aftur
**Aber da war die Köchin schon verschwunden**
en þá var kokkurinn horfinn

»Macht nichts!« sagte der König

"Alveg sama!" sagði konungur

"Rufen Sie den nächsten Zeugen in den Zeugenstand"

"Kalla næsta vitni í stúkuna"

Alice beobachtete das weiße Kaninchen, wie es an der Liste herumfummelte

Alice horfði á hvítu kanínuna þegar hann fálmaði yfir listann

Sie können sich vorstellen, wie überrascht sie war, als sie das hörte, was sie als nächstes hörte

Þú getur ímyndað þér undrun hennar á því sem hún heyrði næst

Mit lauter schriller kleiner Stimme rief er den Namen »Alice!«

af fullri lítilli rödd sinni kallaði hann nafnið "Alice!"

## Alices Beweise
Sönnunargögn Alice

**»Hier!« rief Alice**
"Hérna!" hrópaði Alice
**Sie sprang in großer Eile auf**
Hún stökk upp í miklum flýti
**und sie kippte die Geschworenenloge um**
og hún velti kviðdómskassanum
**und sie warf alle Geschworenen um**
og hún velti öllum kviðdómendum
**und sie fielen auf die Köpfe der Menge unten**
og þeir féllu til höfuðs mannfjöldanum fyrir neðan
**Alice war in großer Bestürzung**
Alice var í mikilli skelfingu
**»Oh, ich bitte um Verzeihung!« rief sie aus**
"Ó, ég bið þig fyrirgefningar!" hrópaði hún
**»Der Prozeß kann nicht fortgesetzt werden,« sagte der König**
"Réttarhöldin geta ekki haldið áfram," sagði konungur
**"Die Geschworenen müssen wieder an ihre angestammten Plätze zurückkehren"**
"Kviðdómsmennirnir verða að komast aftur á sinn rétta stað"
**Er wiederholte den Befehl mit großem Nachdruck**
hann endurtók skipunina með mikilli áherslu
**und er sah Alice streng an**
og hann horfði strangur á Alice
**"Was weißt du über diese Ereignisse?" fragte der König Alice**
"Hvað veist þú um þessa atburði?" spurði konungurinn Lísu
**»Ich weiß nichts von der Sache,« sagte Alice**
"Ég veit ekkert um málið," sagði Alice
**Dann las der König aus seinem Buch vor**
Konungur las þá úr bók sinni
**"Regel zweiundvierzig"**
"Regla fjörutíu og tveir"
**"Alle Personen, die mehr als eine Meile hoch sind, sollen das Gericht verlassen"**
"Allir einstaklingar sem eru meira en mílu á hæð eiga að

yfirgefa dómstólinn"
**»Ich bin keine Meile hoch,« sagte Alice**
"Ég er ekki mílu á hæð," sagði Alice
**»Fast zwei Meilen hoch,« sagte die Königin**
"Næstum tvær mílur á hæð," sagði drottningin

**»Nun, ich weigere mich zu gehen,« sagte Alice**
"Jæja, ég neita að fara," sagði Alice
**Der König erbleichte**
Konungurinn fölnaði
**und er schloß hastig sein Notizbuch**
og hann lokaði minnisbók sinni í flýti
**»Überlegen Sie sich Ihr Urteil«, sagte er zu den**
**Geschworenen**
"Íhugaðu dóm þinn," sagði hann við kviðdóminn
**Er sprach mit leiser, zitternder Stimme**
hann talaði lágri, skjálfandi röddu
**Da sprach das weiße Kaninchen**

Þá tók hvíta kanínan til máls
**"Es werden noch mehr Beweise kommen"**
"Það eru fleiri sönnunargögn að koma ennþá"
**und er sprang in großer Eile auf**
og hann stökk upp í miklum flýti
**"Dieses Papier wurde gerade abgeholt"**
"Þetta blað er nýbúið að taka upp"
**"Es scheint ein Brief des Gefangenen zu sein"**
"Þetta virðist vera bréf skrifað af fanganum"
**Er faltete das Papier auseinander, während er sprach**
Hann breiddi upp blaðið um leið og hann talaði
**"Es ist doch kein Brief"**
"Þetta er ekki bréf, þegar allt kemur til alls"
**"Was es war, war eine Reihe von Versen"**
"Það sem það var var safn af vísum"
**»Bitte, Eure Majestät,« sagte der Spitzbube**
"Vinsamlegast, yðar hátign," sagði knáinn
**"Ich habe diese Verse nicht geschrieben"**
"Ég skrifaði ekki þessar vísur"
**"und sie können nicht beweisen, dass ich etwas geschrieben habe"**
"og þeir geta ekki sannað að ég hafi skrifað neitt"
**"Am Ende ist kein Name unterschrieben"**
"Það er ekkert nafn undirritað í lokin"
**Der König sprach mit dem Spitzbuben**
Konungur talaði við knáann
**"Du musst vorgehabt haben, Unheil anzurichten"**
"Þú hlýtur að hafa ætlað þér að valda einhverjum ógæfu"
**"Sonst hättest du wie ein ehrlicher Mann unterschrieben"**
"annars hefðirðu skrifað undir nafn þitt eins og heiðarlegur maður"
**Es gab ein allgemeines Händeklatschen**
Það var almennt handaklapp
**Und der König wandte sich an das weiße Kaninchen**
Og konungur sneri sér að hvítu kanínunni
**»Lest die Verse!« befahl er.**
"Lestu versin," skipaði hann

**Es herrschte Totenstille im Gerichtssaal**

Það var dauðaþögn í dómstólnum

**und das weiße Kaninchen las die Verse vor**

og hvíta kanínan las upp versin

**Sie sagten mir, du wärst bei ihr gewesen**

Þeir sögðu mér að þú hefðir verið hjá henni

**Und sie erwähnten mich ihm gegenüber**

Og þeir nefndu mig við hann

**Sie gab mir einen guten Charakter**

Hún gaf mér góðan karakter

**Aber sie sagte, ich könne nicht schwimmen**

En hún sagði að ég gæti ekki synt

**Er ließ ihnen wissen, dass ich nicht gegangen sei**

Hann sendi þeim skilaboð um að ég væri ekki farinn

**Wir wissen, dass es wahr ist**

Við vitum að það er satt

**Wenn sie die Sache vorantreiben sollte, was würde aus dir werden?**

Ef hún ýtti málinu áfram, hvað yrði um þig?

**Ich gab ihr einen, sie gaben ihm zwei**

Ég gaf henni einn, þeir gáfu honum tvo

**Du hast uns drei oder mehr gegeben**

Þú gafst okkur þrjú eða fleiri

**Sie sind alle von ihm zu dir zurückgekehrt**

Þeir sneru allir aftur frá honum til þín

**obwohl sie vorher meine waren**

þó þeir hafi verið mínir áður

**Wenn ich oder sie die Chance haben sollte,**

Ef ég eða hún ætti að fá tækifæri til að vera

**Wenn ich oder sie in diese Affäre verwickelt wäre**

Ef ég eða hún væri viðriðin þetta mál

**Er vertraut auf dich, dass du sie befreien wirst**

Hann treystir þér til að frelsa þá

**Genau so wie wir waren**

Nákvæmlega eins og við vorum

**Ich hatte den Eindruck, dass Sie**

Mín hugmynd var sú að þú hefðir verið

**Bevor sie diesen Anfall hatte**
Áður en hún fékk þetta kast
**Ein Hindernis, das dazwischen kam**
Hindrun sem kom á milli
**Er und wir und es**
Hann og við og það
**Lass ihn nicht wissen, dass sie ihr am besten gefallen haben**
Ekki láta hann vita að henni líkaði best við þá
**Denn dies muss für immer ein Geheimnis bleiben, das vor allen anderen verborgen bleibt**
Því að þetta hlýtur að vera leyndarmál að eilífu, haldið frá öllum hinum
**Dieses Geheimnis muss ein Geheimnis zwischen dir und mir bleiben**
Þetta leyndarmál hlýtur að vera leyndarmál milli þín og mín
**Der König war sehr beeindruckt**
Konungur var mjög hrifinn
**"Das ist das wichtigste Beweisstück, das wir bisher gehört haben"**
"Þetta er mikilvægasta sönnunargagnið sem við höfum heyrt hingað til"
**»Ich glaube nicht, daß diese Verse auch nur ein Atom Bedeutung haben,« wandte Alice ein**
"Ég trúi því ekki að þessi vers beri merkingaratóm," mótmælti Alice
**der König hatte seine eigene Meinung zu dieser Angelegenheit**
konungur hafði sína skoðun á málinu
**"Wenn diese Worte keinen Sinn haben, erspart das eine Menge Ärger"**
"Ef það er engin merking í þessum orðum, þá bjargar það heimi vandræða"
**"Dann brauchen wir nicht zu versuchen, den Sinn zu finden"**
"Þá þurfum við ekki að reyna að finna merkinguna"
**"Lassen Sie die Geschworenen über ihr Urteil nachdenken"**
"Leyfðu kviðdómnum að íhuga niðurstöðu sína"

**»Nein, nein!« sagte die Königin**
"Nei, nei!" segði drotningin
**"Erst die Verurteilung, dann das Urteil"**
"Dómur fyrst – dómur á eftir"
**"Zeug und Unsinn!" sagte Alice laut**
"Dót og vitleysa!" sagði Alice hátt
**"Wie dumm ist es, den Angeklagten zuerst zu verurteilen!"**
"Hversu kjánalegt það er að dæma sakborninginn fyrst!"

**»Schweige!« sagte die Königin und färbte sich violett an**
"Haltu kjafti!" sagði drotningin og varð fjólublá
**"Ich werde nicht den Mund halten!" sagte Alice**
"Ég mun ekki þegja!" sagði Alice
**schrie die Königin aus voller Kehle**
Drottningin hrópaði af fullum krafti
**"Hack ihr den Kopf ab!"**
"Höggvið höfuðið af henni!"

Niemand machte eine Bewegung

Enginn gerði hreyfingu

**"Wen kümmert es, was du sagst?" sagte Alice**

"Hverjum er ekki sama hvað þú segir?" sagði Alice

**Zu diesem Zeitpunkt war sie bereits zu ihrer vollen Größe herangewachsen**

Hún var orðin fullorðin á þessum tíma

**"Du bist nichts als ein Kartenspiel!"**

"Þú ert ekkert annað en spilapakki!"

**Bei diesen Worten hoben sich alle Karten in die Luft**

Við þetta risu öll spilin upp í loftið

**und alle Karten flogen auf sie herab**

og öll spilin komu fljúgandi niður á hana

**Sie stieß einen kleinen Schrei aus**

Hún öskraði smá

**Sie war halb erschrocken, aber auch wütend**

hún var hálf hrædd, en líka reið

**Und sie versuchte, sich gegen die Karten zu wehren**

og hún reyndi að berjast við spilin af sjálfri sér

**Und dann fand sie sich auf der Grasbank liegend**

og svo lá hún á grasbakkanum

**Ihr Kopf lag im Schoß ihrer Schwester**

höfuð hennar var í fangi systur sinnar

**Einige abgestorbene Blätter waren auf ihrem Gesicht gelandet**

nokkur dauð lauf höfðu lent á andliti hennar

**und ihre Schwester wischte vorsichtig die Blätter weg**

og systir hennar burstaði laufin varlega burt

**»Wach auf, liebe Alice!« sagte die Schwester**

"Vaknaðu, Alice elskan!" sagði systir hennar

**"Was für einen langen Schlaf hast du gehabt!"**

"Hvílíkur svefn sem þú hefur fengið!"

**"Oh, ich habe so einen merkwürdigen Traum gehabt!" sagte Alice**

"Ó, mig dreymdi svo undarlegan draum!" sagði Alice

**Und sie erzählte ihrer Schwester alles, woran sie sich erinnern konnte**

Og hún sagði systur sinni allt sem hún mundi
**all die seltsamen Abenteuer, von denen Sie gerade gelesen
haben**
Öll undarlegu ævintýrin sem þú varst að lesa um
**Alice stand auf und rannte davon**
Alice stóð upp og hljóp í burtu
**Und während sie lief, dachte sie an ihren Traum**
og hún hugsaði um drauminn á meðan hún hljóp
**"Was für ein wunderbarer Traum das gewesen war!"**
"Hvílíkur draumur þetta hafði verið!"

www.ingramcontent.com/pod-product-compliance
Lightning Source LLC
Chambersburg PA
CBHW011047190726
48290CB00011B/3035